ጄይሮክ ሊ (ዶ/ር)

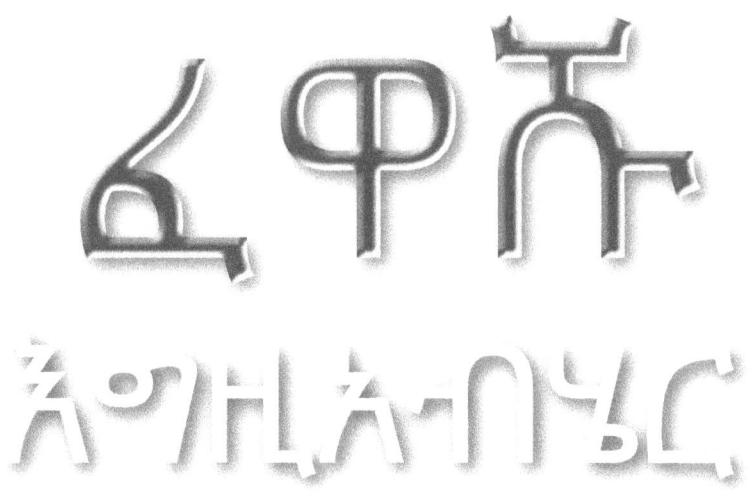

ፈዋሹ እግዚአብሔር

URIM BOOKS

“እርሱም፡- አንተ የአምላክህን የእግዚአብሔርን
ቃል አጥብቀህ ብትሰማ፥ በፊቱም የሚበጀውን ብታደርግ፥
ትእዛዙንም ብታደምጥ፥ ሥርዓቱንም ሁሉ ብትጠብቅ፥
በግብፃውያን ላይ ያመጣሁትን በሽታ አላደርስብህም፤
እኔ ፈዋሽህ እግዚአብሔር ነኝና አለ።”
(ዘፀዓት15:26)

ፈዋሹ እግዚአብሄር በጄይሮክ ሊ(ዶ/ር)
በዩሪም መጽሃፍት ታተመ (ፕሬዝዳንት: ክያንጌት ኖህ)
73, Yeouidaebang-ro 22-gil, Dongjak-gu, Seoul, Korea
www.urimbooks.com

ሁሉም መብቶች በህግ የተጠበቁ ናቸው። ይህን መጽሃፍ ሆነ ከፊሉን ካለ አታሚው የጽሁፍ ፋቃድ በማናቸውም መልኩ ማባዛት፣ማከማቸት ሆነ መያዝ፣ በኤሌክትሮኒክ፣ መካኒካል፣ ፎቶ ኮፒ፣ በቀረጻም ማስተላለፍ አይቻልም።

የቅጂ መብት© እ.ኤ.አ2015 በዶ/ር ጄይሮክ ሊ

ISBN: 979-11-263-1083-8 03230

የትርጉም ቅጂ መብት©እ.ኤ.አ2005 በዶ/ር ኤስቴር ኬ. ቹንግ፤ በፍቃድ የተደረገ።

የመጀመሪያ ህትመት እ.ኤ.አ ማርች 2005
ሁለተኛ ህትመነት እ.ኤ.አ ፌብሩዋሪ 2007
ሶስተኛ ህትመት እ.ኤ.አ ኦገስት 2009
አራተኛ ህትመት እ.ኤ.አ ማርች 2015

ከዚህ ቀደም በኮርያኛ ቋንቋ በዩሪም መጽሃፋት እንደ እ.ኤ.አ በ1992 ታተመ::

አርትኦት፡ በዶ/ር ጊዩምሱን ቪን
ቅርጸት በ ዮሪም መጽሃፍት አርትኦት ቢሮ
በሂዎን ማተሚያ ድርጅት ታተመ
ለተጨማሪ መረጃ urimbook@hotmail.com

መልዕክተ-ህትመት

ቁሳዊ የሆነ ስልጣኔ እና ብልጽግና ባደገ ቁጥር፤ሰዎች ብዙ ግዜ እና ሃብትን ሲጠቀሙ እንገነዘባለን። በተጨማሪም፤ የበለጠ ጤናማ እና ምቹ ኑሮን ለማግኘት ሲሉ ሰዎች ብዙ ግዜ እና ሃብትን ሲያፈሱ እና ጠቃሚ መረጃዎችን በጥሞና እና በቅርበት ይከታተላሉ።

ሆኖም ግን የሰው ህይወት፣ እርጅና፣ በሽታ እና ሞት በልኡላ ዊው እግዚአብሄር እጅ ያለ ጉዳይ እንጂ በብር ሆነ በእውቀት ሃይል ቁጥጥር ስር ያሉ አይደሉም። በተጨማሪም ባለፉት ክፍለ ዘመናት በእውቀት ብዛት የህክምና ሳይንስ እየላቀ መምጣቱ እና ሊደን በማ ይችል በሽታ የሚጠቁ ሰሰዎች ቁጥር እይጨመረ መምጣቱ የማይ ካድ ሃቅ ነው።

በአለም ታሪክ ውስጥ የተላያየ እምነት ያላቸው ብዙ የእውቀት ሰዎች ነበረ- እነ ቡድሃ እና ኮንፊሺየስን ጨምሮ- ነገር ግን ሁሉም እነ ዚህን ጥየቄዎች ማለትም እርጅና፣ በሽታ እና ሞትን ሲጋፈጡ መልስ አልባa ሆነዋል። ይህ ጥያቄ ከሃጥያት እና ከሰው ልጅ ድነት ጋር የተያ ያዘ እና በሰው ምላሽ ማግኘት የማይችል ጉዳይ ነው።

በዚህ ዘመን ብዙ ሆስፒታሎች እና መድሃኒት ቤቶች በቀላሉ ተደራሽ የሆኑ እና የሰውን ልጅ ከበሽታ ነጻ እና ሙሉ ጤናማ ለማድ ረግ የቆሙ ይመስላሉ። ሆኖም ግን ሰውነታችን እና አለማችን በብዙ አይነት በሽታ ከቀላል ጉንፋን አንስቶ መንስኤው እስከማይታወቅ መድሃኒት አልባ በሽታዎች ጭምር የተወረሩ ናቸው። ሰዎች የአየር ንብረትን እና አካባቢን ቶሎ ብለው ለመተቸት ወይም የአካል ባህርይ ነው ብለው ለመፈረጅ ስለሚፈጥኑ በህክምና እና በህክምና ቴክኖ ሎጂ ላይ ይደገፋሉ።

መሰረታዊ ፈውስን እና ጤነኛ ህይወትን ለመምራት እያንዳዳችን በሽታ በአንጡራነት ከየት እንደመነጨ እና እንዴት ፈውስን መቀበል እንደምንችል መረዳት ይኖርብናል። ለወንጌል እና ለእውነት ሁሌም ሁለት ገጽታዎች አሉ።ለማይቀበሏቸው እርግማን እና ቅጣት ሲኖር፤ ለሚቀበሏቸው ደግሞ በረከት እና ህይወት ይጠብቃል። ከፈርሳውያን እና ከህግ መምህራን እውነት የተሰወረ ይሆን ዘንድ የእግዚአብሄር ፍቃድ ነው ምክንያቱን እራሳቸውን ጠቢብ እና አስተዋይ አድርገው ስለሚቆጥሩ። እንደዚሁም እውነት ለህጻናት ይገለጥ ዘንድ የእግዚአብ ሄር ፍቃድ ነው፤ምክንያቱም እውነትን ስለሚፈልጉ እና ልባቸውን ስለ ሚከፍቱ።(ሉቃስ 10፡21)

ትእዛዛቱንን ለሚፈጽሙ እግዚአብሄር ግልጽ የሆነ የበረከት ተስፋ ቃልን የሰጠ ሲሆን፤ትእዛዛቱንም ለማይተገብሩ ደግሞ በዝርዝር ምን አይነት በሽታዎች እና እርግማኖች እንደሚደርስባቸው በሚገባ አስቀምጧል። (ዘዳግም 28፡1-68)

የእግዚአብሄርን ቃል ለማያምኑ እና እንዲሁም ልብ ላሉ አማኞች በማስታወስ፤ ይህ መጽሃፍ ሰዎች ከህመም እና ከበሽታ ነጻ ይሆኑ ዘንድ ትክክለኛ ቦታ ላይ ይሆኑ ዘንድ ይመክራል።

ብዙዎቻችሁ ስትሰሙ፣ስታነቡ፣ስትገነዘቡ እና የእግዚአብሄርን ቃል ስትመገቡ ከአዳኙ እና ፈዋሹ እግዚአብሄር ሃይል የተነሳ እያንዳንዳችሁ ከትንሽ ሆነ ትልቅ በሽታ ፈውስን ትቀበሉ ዘንድ ፣ ፈውስ በእናንተ እና በቤተሰባችሁ ዘንድ ይኖር በጌታችን ኢየሱስ ስም ጸለይኩ!

Jaerock Lee

ይዘት

መልዕክተ-ህትመት

ምዕራፍ 1

የበሽታ መንስኤ እና የፈውስ ብርሃን 1

ምዕራፍ 2

ልትድን ትወዳለህን? 13

ምዕራፍ 3

ፈውሹ እግዚአብሄር 31

ምዕራፍ 4
በመገረፉ ቁስል ተፈወስን   45

ምዕራፍ 5
ደዌዎችን የመፈውስ ሃይል   61

ምዕራፍ 6
በአጋንንት የተያዙን መፈወስ   75

ምዕራፍ 7
የንዕማን እምነት እና መታዘዝ   93

ምዕራፍ 1

የበሽታ መንስኤ እና የፈውስ ብርሃን

ትንቢተ ሚልክያስ 4፡2

“ነገር ግን ስሜን ለምትፈሩት ለእናንተ የጽድቅ ፀሐይ ትወጣላች
ኋለች፥ ፈውስም በክንፎችዋ ውስጥ ይሆናል እናንተም ትወጣላ
ችሁ፥ እንደ ሰባም እምቦሳ ትፈነጫላችሁ።”

ዋናው የበሽታ ምክንያት

ሰዎች በምድር ላይ በሚኖራቸው ቆይታ ደስተኛና ጤናማ ሕይወት እንዲኖራቸው ስለሚመኙ ለጤና ተስማሚ የሆኑ ተለያዩ የምግብ ዓይነቶችን ይመገባሉ እንዲሁም ትኩረታቸውን በምስ ጢራዊ መንገዶች ላይ ያተኩራሉ እነዚህንም ይፈልጋሉ። ምንም እንኳን የቁሳዊ ሥልጣኔና የሕክምና ሳይንስ እድገት ቢኖርም እው ነታው ግን ሊድኑ ከማይችሉ አስከፊ በሽታዎች የተነሳ የመጣውን ስቃይ መከላከል አልተቻለም።

ሰው በምድር ላይ በሚኖረው ቆይታ ከበሽታ ስቃይ ነጻ መሆን አይችልምን?

ብዙ ሰዎች የአየር ሁኔታንና አካባቢን ለማማረር ፈጣን ሲሆኑ በሽታንም እንደ ተፈጥሯዊ ወይም አካላዊ ክስተት አድርገው ይቆ ጥሩታል። እንዲሁም በመድሃኒትና በሕክምና ቴክኖሎጂ ላይ ይደገፋሉ። ነገር ግን አንድ ጊዜ የሁሉም በሽታና ሕመም ምንጭ ከታወቀ ማንም ሰው ከእነሱ ነጻ መውጣት ይችላል። መጽሐፍ ቅዱስ ሰው ከበሽታ ነጻ ሆኖ መኖር የሚችልባቸውንና ቢታመ ምም እንኳን የሚፈወስባቸውን መሠረታዊ መንገዶች ያቀርብል ናል፡

> “እርሱም፡- አንተ የአምላክህን የእግዚአብሔርን ቃል አጥብ ቀህ ብትሰማ፥ በፊቱም የሚበጀውን ብታደርግ፥ ትእዛዙንም ብታደምጥ፥ ሥርዓቱንም ሁሉ ብትጠብቅ፥ በግብፃውያን ላይ ያመጣሁትን በሽታ አላደርስብህም እኔ ፈዋሽህ እግዚአብሔር

ነኝና አለ።” (ዘጸ 15፡26)

ይህ ለእኛ የተሰጠ የሰውን ሕይወት፣ ሞት፣ ርግማንና በረከት የተቆጣጠረው የእግዚአብሔር የታመነ ቃል ነው።

ስለዚህ በሽታ ምንድን ነው? ሰውስ ለምን በበሽታ ይጠቃል? በሕክምና ቋንቋ “በሽታ” የሚያመለክተው የአንድን ሰው የተለያዩ የሰውነት ክፍሎቹ የሚገጥማቸውን ሁሉንም ዓይነት እክሎችን ማለትም ያልተለመደ የጤና ሁኔታን ሲሆን በአብዛኛው በባክቴሪያ የሚያድግና የሚሰራጬ ነው። በሌላ አነጋገር በሽታ ማለት በሽታ በሚያመጣ መርዝ ወይም ባክቴሪያ የሚመጣ ያልተለመደ የሰውነት ሁኔታ ማለት ነው።

ዘጸአት 9፡8-9 በግብጽ ላይ ቁስል ስለሚመጣበት ሂደት ይነግረናል፡

> “እግዚአብሔርም ሙሴንና አሮንን፦ እጃችሁን ሞልታችሁ ከምድጃ አመድ ውሰዱ፥ ሙሴም በፈርዖን ፊት ወደ ሰማይ ይበትነው።እርሱም በግብፅ አገር ሁሉ ትቢያ ይሆናል፥ በግብፅም አገር ሁሉ በሰውና በእንስሳ ላይ ሻህኝ የሚያመጣ ቍስል ይሆናል አላቸው።”

በዘጸአት 11፡4-7 ላይ እግዚአብሔር የእስራኤልን ሕዝብ ከግብጽ ሕዝብ ሲለይ እናነባለን። እግዚአብሔርን በሚያመልኩት በእስራኤላዊያን ላይ መቅሰፍት ያልመጣ ሲሆን እግዚአብሔርን በማያመልኩትና ፈቃዱን በማያደርጉት በግብጻዊያን የበኵር ልጅ ላይ ግን መጥቷል።

በሽታ ሳይቀር በእግዚአብሔር ሉዓላዊነት ሥር መሆኑንና የሚፈሩትን ከበሽታ እንደሚጠብቅ፣ ኃጢአት ከሚያደርጉትም እግዚአብሔር ፊቱን ስለሚመልስ በሽታ እንደሚያገኛቸው ከመጽሐፍ ቅዱስ እንማራለን።

ታዲያ በሽታና በበሽታ ምክንያት መሰቃየት ለምን ይኖራል? ይህ ማለት እግዚአብሔር ፍጥረትን በፈጠረበት ጊዜ ሰው ከበሽታ ስጋት ጋር እንዲኖር በሽታንም ፈጥሮት ነበር ማለት ነውን? ፈጣሪ እግዚአብሔር ሰውን ፈጠረው፣ በዓለም ያለውንም ነገር ሁሉ በመልካምነት፣ በጽድቅና በፍቅር ይጠብቀዋል።

ለሰው ምቹ ሁኔታ ከፈጠረ በኋላ (ዘፍ 1፡3-25) እግዚአብሔር ሰውን በመልኩ ፈጠረው፣ ባረካቸው እንዲሁም ከፍ ያለን ነጻነት ንና ስልጣንን ይለማመዱ ዘንድ ፈቀደላቸው።

በጊዜም ሂደት ውስጥ ሰዎች ትዕዛዙን በመጠበቅ እግዚአብ ሔር የሰጣቸውን በረከቶች በነጻነት ይደሰቱባቸውና ለቅሶ፣ ሐዘን፣ ስቃይና በሽታ በሌለበት በኤደን ገነት ይኖሩ ነበር። እግዚአብሔ ርም የሰራው ሁሉ መልካም እንደሆነ ከተመለከተ በኋላ (ዘፍ 1፡ 31) አንድ ትዕዛዝ ሰጣቸው፡ "እግዚአብሔር አምላክም ሰውን እንዲህ ብሎ አዘዘው፡- ከገነት ዛፍ ሁሉ ትበላለህ ነገር ግን መልካ ምንና ክፉን ከሚያስታውቀው ዛፍ አትብላ ከእርሱ በበላህ ቀን ሞትን ትሞታለህና።" (ዘፍ 2፡16-17)

ነገር ግን ተንኮለኛው እባብ ሰዎች የእግዚአብሔርን ትዕዛዝ በልባቸው ከመያዝ ይልቅ እንዳልጠበቁት ባየ ጊዜ መጀመሪያ የተፈጠረው ሰው ሚስት የነበረችውን ሔዋንን ፈተናት። አዳምና

ሔዋን መልካምና ክፉውን ከሚያስታውቀው ዛፍ በመብላት ኃጢአት በሰሩ (ዘፍ 3፡1-6) እግዚአብሔር እንደተናገረው ሞት በሰው ላይ ደረሰ (ሮሜ 6፡23)።

ሰው ባለመታዘዝ ኃጢአትን ከሰራ እንዲሁም የኃጢአትን ደሞዝ በመቀበል ሞትን ከተጋፈጠ በኋላ መሪው የነበረው መንፈሱ ሲሞት በሰውና በእግዚአብሔር መካከል የነበረውም ህብረት ተቋረጠ። ከኤደን ገነት በመባረርም በበለቅሶ፣ በሐዘን፣ በስቃይ፣ በበሽታና በሞት ይኖሩ ጀመር። በምድሪቱ ላይ ያለው ነገር ሁሉ ስለተረገመ እሾህንና አሜከላን ሲያበቅል ሰዎችም በፊታቸው ወዝ ብቻ ምግቻውን ይበላሉ (ዘፍ 3፡16-19)።

ስለዚህ የበሽታ ዋናው ምክንያት በአዳም አለመታዘዝ የተፈጠ ረው የመጀመሪያው ኃጢአት ነው። አዳም ለእግዚአብሔር ቢታዘዝ ኖሮ ከኤደን ገነት ሳይባረር ሁል ጊዜ በጤንነት ይኖር ነበር። በሌላ አነጋገር በአንድ ሰው ምክንያት እያንዳንዱ ሰው ኃጢአተኛ ሲሆን በሁሉም ዓይነት በሽታ ስጋና ስቃይ ይኖራል። በመጀመሪያ የኃጢአት ችግር ሳይፈታ ማንም ሕግን በመጠበቅ በእግዚአብሔር ፊት ጻድቅ ሊባል አይችልም (ሮሜ 3:20)።

ፈውስን በክንፎችዋ የያዘች የጽድቅ ፀሐይ

“ነገር ግን ስሜን ለምትፈሩት ለእናንተ የጽድቅ ፀሐይ ትወጣላ ችኋለች፥ ፈውስም በክንፎችዋ ውስጥ ይሆናል እናንተም ትወጣላ ችሁ፥ እንደ ሰባም እምቦሳ ትፈነጫላችሁ።” (ሚል 4፡2) በዚህ ክፍል ውስጥ “የጽድቅ ፀሐይ” የሚያመለክተው መሲሁን ነው።

እግዚአብሔር በጥፋት መንገድና በበሽታ ስቃይ ውስጥ ለነበረው የሰው ዘር በማዘን በመስቀል ላይ እንዲሰቀልና ደሙ እንዲፈስ ፈቅዶ ባዘጋጀው በኢየሱስ ክርስቶስ በኩል ከኃጢአት ሁሉ አዳነን። ስለዚህ ኢየሱስ ክርስቶስን የተቀበለ ሁሉ የኃጢአቱን ይቅርታ በመቀበል ይድናል እንዲሁም ከበሽታ ነጻ በመሆን በጤንነት ሊኖር ይችላል። በሁሉም ነገር ላይ ከነበረው ዕርግማን የተነሳ ሰው እስትንፋሱ እስካለች ድረስ በበሽታ ፍርሃት መኖር ነበረበት። ነገር ግን በእግዚአብሔር ፍቅርና ጸጋ ምክንያት ከበሽታ ነጻ የሚኮንበት መንገድ ተከፍቷል።

የእግዚአብሔር ልጆች ከኃጢአት ጋር ደም እስከማፍሰስ ድረስ ከተጋደሉና (ዕብ 12፡4) በቃሉ ከኖሩ በአየሩ ላይ ያለው የትኛውም መርዝ ወደሰውነታው እንዳይገባ እንደ እሳት ነበልባል በሆኑት ዓይኖቹ ይጠብቃቸዋል፤ በመንፈስ ቅዱስ እሳትም ይጋርዳቸዋል። ሰው ቢታመምም እንኳን በንስሐ የሚመለስና መንገዱን የሚያስ ተካክል ከሆነ እግዚአብሔር በሽታውን ያስወግደዋል፤ የተጎዳው ንም አካል ይፈውሰዋል። ይህ “በጽድቅ ጸሐይ” የሚሆን ፈውስ ነው።

ዘመናዊው የሕክምና ሳይንስ ዛሬ ላይ በስፋት ጥቅም ላይ የዋለን የተለያዩ በሽታዎችን ለመከላከልና ለማዳን የሚያስችል የአልትራቫዮሌት ሕክምናን አዘጋጅቷል። የአልትራቫዮሌት ጨረሮች ሰውነትን ለማከም ውጤታማ ሲሆኑ በሰውነት ውስጥም የኬሚካል ለውጥ ያመጣሉ። ይህ የሕክምና ዘዴ የኮለ ንባቺሊ ዲፕቴትሪ ፣ እና ዲሰንት ባቺሊ ባክተሪያዎችን 99% ማጥፋት ሲችል ለየቲቢ፣ ሪኬትን እና ደም ማነስ፣ ለሪህና ለቆዳ በሽታ ውጤታማ ነው። ነገር ግን እንደ አልትራቫዮሌት ያለ

ጠቃሚና ውጤታማ ሕክምና ለሁሉም የበሽታ ዓይነት ሊሆን አይችልም።

በመጽሐፍ ቅዱስ የተጻፈላት "ፈውስን በክንፎቿ የያዘችው የጽድቅ ጸሐይ" ብቻ ሁሉን በሽታ መፈወስ የምትችል የኃይል ጨረር ናት። ከጽድቅ ጸሐይ የሚወጡት ጨረሮች ሁሉንም ዓይነት በሽታዎች ለመፈወስ ሲያገለግሉ ለሁሉም ሰው ስለሚሆን እግዚአብሔር የሚፈውስበት መንገድ የእውነተም ቀላልና ሙሉ ሲሆን በመሠረቱም ከሁሉ የላቀ ነው።

ቤተ ክርስቲያኔ ከተመሠረተች ብዙም ሳይቆይ በሞት አፋፍ ላይ ያለ፣ የማይንቀሳቀስና በካንሰር ከባድ ሕመም የሚሰቃይ ሰው በታጣፊ አልጋ ላይ ሆኖ ወደ እኔ መጣ። ምላሱ ስለጠነከረ መናገር፣ ሽባ ስለነበረም ሰውነቱን ማንቀሳቀስ አይችልም ነበር። ሐኪሞቹ ተስፋ ቆርጠው ስለነበር በእግዚአብሔር ኃይል ያመነችው የሕመምተኛው ሚስት ሁሉን ነገር ለእግዚአብሔር አሳልፎ እንዲሰጥ ባለቤቷን አጥብቃ ጠየቀችው። ሕይወቱን ሊያቆይለት የሚችልበት ብቸኛው መንገድ ከእግዚአብሔር ጋር መጣበቅና እርሱኑ መለመን መሆኑን በተረዳ ጊዜ ሕመምተኛው በተኛበት ስፍራ ሆኖ እግዚአብሔርን ለማምለክ ሲሞክር ባለቤቱም በእምነትና በፍቅር ሆና አጥብቃ ትጸልይ ነበር። የሁለቱን እምነት በተመለከትኩኝ ጊዜ እኔም በንቃት ለታማሚው መጸለይ ጀመርኩ። ከጥቂት ጊዜ በኋላ ከዚህ ቀደም በኢየሱስ በማመኗ ምክንያት ባለቤቱን ያሳድ የነበረው ሰው ልቡን በመስጠት የንስሐ ጸሎት አደረገ። እግዚአብሔርም የፈውስን ጨረር ላከ፣ የታማሚውንም ሰውነት በመንፈስ ቅዱስ እሳት

በማቃጠል አነጻው። ሃሌሉያ! የሕመሙ ዋና ምክንያት ስለተቃ ጠለ ከጊዜ በኋላ ታማሚው መራመድና መሮጥ ጀመረ፣ እንደገ ናም ጤነኛ ሆነ። የማንሚን አባላት ይህንን የሚያስደንቅ የእግዚአ ብሔር ሥራ ካዩ በኋላ ለእግዚአብሔር ክብር ስለመስጠታቸውና ስለመደሰታቸው መናገሩ ብዙም አስፈላጊ አይደለም።

ስሜን ለምትፈሩ ለእናንተ

የእኛ እግዚአብሔር በዓለም ያለውን ሁሉ በቃሉ የፈጠረና ሰውንም ከአፈር ያበጀ ሁሉን የሚችል አምላክ ነው። እንደዚህ ያለው አምላክ አባታችን ስለሆነ ብንታመምም እንኳን በእርሱ ላይ ሙሉ ለሙሉ በእምነት በተደገፍን ጊዜ እምነታችንን ያያል በደስታም ይፈውሰናል። በሆስፒታል ሕክምናን አግኝቶ መዳን ምንም ችግር የለበትም። ነገር ግን እግዚአብሔር በሁሉን ቻይነቱና በሁሉን አዋቂነቱ በሚያምኑ፣ አጥብቀው ወደ እርሱ በሚጮሁ፣ ፈውስን በሚቀበሉና ክብርን በሚሰጡት በልጆቹ ይደሰታል።

በ2ኛ ነገሥት 20:1-11 ላይ አሦራዊያን መንግስቱን በወረሩ በት ጊዜ ታሞ ስለነበረውና ወደ እግዚአብሔር ከጸለየ ከሦስት ቀን በኋላ ሙሉ ፈውስን ስለተቀበለ እንዲሁም አስራ አምስት ዓመት ዕድሜ ስለተጨመረለት ስለይሁዳ ንጉሥ ሕዝቅያስ እናነባለን።

በነብዩ ኢሳይያስ በኩል እግዚአብሔር ለሕዝቅያስ "ትሞታለህ እንጂ በሕይወት አትኖርምና ቤትህን አስተካክል" (2ኛ ነገሥት 20፡ 1፣ ኢሳ 38፡1) አለው። በሌላ አነጋገር ለሞቱ እንዲዘጋጅና የመንግ

ስቱንና የቤተ ሰቡን ጉዳይ እንዲያስተካከል ለሕዝቅያስ የሞት ፍርድ ተሰጠው። ነገር ግን ሕዝቅያስ ወዲያውኑ ፊቱን ወደ ግድግዳ በማዞር ወደ ጌታ እግዚአብሔር ጸለየ (2ኛ ነገሥት 20:2)። የሕመሙ ምክንያት ከእግዚአብሔር ጋር የነበረው ግንኙነት መሆኑን ስለተገነዘበ ሁሉንም ነገር ትቶ ለመጸለይ ወሰነ።

ሕዝቅያስ በትጋትና በእንባ ወደ እግዚአብሔር በጸለየ ጊዜ እግዚ አብሔር "ጸሎትህን ሰምቻለሁ፥ እንባህንም አይቻለሁ እነሆ፥ በዕድሜህ ላይ አሥራ አምስት ዓመት አጨምራለሁ። አንተንና ይህችንም ከተማ ከአሦር ንጉሥ እጅ እታደጋለሁ፥ ይህችንም ከተማ እጋርዳታለሁ።" (ኢሳ 35፡5-6) በማለት ለንጉሱ ተስፋ ሰጠው። እግዚአብሔር "ጸሎትህን ሰምቻለሁ፥ እንባህንም አይቻለሁ" ብሎ ስለመለሰለት ሕዝቅያስ እንዴት በጉጉትና በትጋት እንደጸለየ ለመገመት እንችላለን።

የሕዝቅያስን ጸሎት የመለሰው እግዚአብሔር በሦስት ቀን ውስጥ ወደ እግዚአብሔር መቅደስ መሄድ ይችል ዘንድ ንጉሱን ሙሉ ለሙሉ ፈውሶታል። በተጨማሪም እግዚአብሔር የሕዝቅያ ስን ዕድሜ በአስራ አምስት ዓመት ጨመረለት። ሕዝቅያስም በተቀረው ዘመኑ ኢየሩሳሌምን ከአሦራዊያን አደጋ ጠበቃት።

መኖርም ሆነ መሞት ከእግዚአብሔር ሉዓላዊነት በታች ያለ ጉዳይ መሆኑን በሚገባ ስለሚያውቅ ወደ እግዚአብሔር መጸለይ ለእርሱ በጣም አስፈላጊ ነበር። እግዚአብሔር በሕዝቅያስ ትሑት ልብና እምነት ተደስቶ ነበር፤ ንጉሱም እንደሚፈወስ ተስፋ ሰጠው። ሕዝቅያስም እንደሚፈወስ ምልክትን በፈለገ ጊዜ በአካዝ

የጥላ ስፍራ ሰዓት ላይ በወረደበት መንገድ አሥር ደረጃ ወደ ኋላ እንዲመለስ አደረገ (2ኛ ነገሥት 20፡11)። አምላካችን ለሚፈልጉት የሚሰጥ ፈዋሽ አምላክና የሚያስብ አባት ነው።

ከዚህ በተቃራኒው በ2ኛ ዜና መዋዕል 16:12-13 ይህንን እናገኛለን፡ “በነገሠም በሠላሳ ዘጠኝኛው ዓመት አሳ እግሩን ታመመ ደዌውም ጸናበት ነገር ግን በታመመ ጊዜ ባለ መድኃኒቶችን እንጂ እግዚአብሔርን አልፈለገም። አሳም ከአባቶቹ ጋር አንቀላፋ፥ በነገሠም በአርባ አንደኛው ዓመት ሞተ።” ወደ ዙፋን ላይ በወጣ ጊዜ “አሳ እንደ አባቱ እንደ ዳዊት በእግዚአብሔር ፊት ቅን ነገር አደረገ።” (1ኛ ነገሥት 15፡11)። በመጀመሪያ አስተዋይ መሪ ነበር። ከጊዜ በኋላ ግን በእግዚአብሔር ላይ የነበረውን እምነት አጣ፤ በሰውም ላይ መደገፍ ጀመረ፤ የእግዚአብሔርን ዕርዳታም መቀበል አልቻለም።

የእስራኤል ንጉሥ ባኦስ ይሁዳን በወረረ ጊዜ አሳ በሶሪያ ንጉስ በወልደ አዴር እንጂ በእግዚአብሔር ላይ አልተደገፈም ነበር። በዚህም ምክንያት አሳ በባለ ራእዩ አናኒ ቢገሰጽም ከስህተቱ ሳይመለስ ባለራእዩን በግዞት አኖረው፤ የገዛ ሕዝቡንም አስጨነቀ (2ኛ ዜና መዋዕል 16:7-10)።

አሳ በሶሪያ ንጉሥ መደገፍ ከመጀመሩ በፊት የሶሪያ ሠራዊት ይሁዳን መውረር እንዳይችል እግዚአብሔር ጣልቃ ገባ። አሳ በአምላኩ በእግዚአብሔር ላይ ሳይሆን በሶሪያ ንጉሥ ላይ መደገፍ ከመጀረበት ጊዜ ጀምሮ የይሁዳ ንጉሥ ምንም ዓይነት እርዳታ ከእርሱ አያኝም ነበር። በተጨማሪም አሳ ከእግዚአብሔር

ይልቅ ከባለመድኃኒቶች እርዳታን ስለፈለገ በእርሱ ደስተኛ አልነበ ረም። በዚህ ምክንያትም በእግር በሽታ ከታመመ ከሁለት ዓመት በኋላ ሞተ። አሳ በእግዚአብሔር እንደሚያምን ቢናገርም እምነቱን በሥራ ስላላሳየና እግዚአብሔርን ስላልጠራ ሁሉን የሚችለው አምላክ ለንጉሡ ምንም ሊያደርግለት አልቻለም።

ከአምላካችን የሆነው የፈውስ ጨረር የትኛውንም በሽታ መፈወስ ስለሚችል ሽባ የሆነው ሊቆምና ሊራመድ፣ ዓይነ ስውር ማየት ሊጀምር፣ መስማት የተሳነው ሊሰማ፣ የሞተም ሊነሳ ይችላል። ስለዚህ, እግዚአብሔር ያልተገደበ ኃይል ስላለው የበሽታ አስከፊነት ዋጋ የለውም። ቀላል ከሆነው ከጉንፋን ጀምሮ ከባድ እስከሆነው እስከካንሰር ድረስ ያሉ በሽታዎች ፈዋሽ ለሆነው ለእግ ዚአብሔር ሁሉም አንድ ናቸው። በጣም አስፈላጊ የሆነው ነገር ወደ እግዚአብሔር የምንቀርብበት እንደ አሳ ወይም ሕዝቅያስ ዓይነት ልብ ነው።

ኢየሱስ ክርስቶስን ትቀበሉ ዘንድ፣ ለኃጢአትም ችግር መልስ ታገኙ፣ በእምንትም ጻድቅ ተደርጋችሁ ትቆጠሩ፣ እግዚአብሔር ንም እንደ ሕዝቅያስ ትሑት በሆነ ልብና በሥራ በሚገለጥ እምነት ታስደስቱ፣ ለየትኛውምና ለሁሉም ዓይነት በሽታ ፈውስን ትቀበሉና ሁልጊዜ በጤንነት ትኖሩ ዘንድ በጌታችን በኢየሱስ ስም እጸልያለሁ!

ምዕራፍ 2

ልትድን ትወዳለህን?

ዮሐ 5:5-6

"በዚያም ከሠላሳ ስምንት ዓመት ጀምሮ የታመመ አንድ ሰው ነበረ፤ ኢየሱስ ይህን ሰው ተኝቶ ባየ ጊዜ፥ እስከ አሁን ብዙ ዘመን እንዲሁ እንደ ነበረ አውቆ። ልትድን ትወዳለህን? አለው።"

ልትድን ትወዳለህን?

እግዚአብሔርን ቀድመው ባያውቁትም ፈልገውት ወደእርሱ የሚመጡ የተለያየ ዓይነት የጤና ችግር ያለባቸው ብዙ ሰዎች አሉ። አንዳንዶች መልካም ሕሊናቸውን ተከትለው፣ አንዳንዶች ደግሞ ወንጌልን ከሰሙ በኋላ ከእርሱ ጋር ለመገናኘት ወደ እግዚ አብሔር ይመጣሉ። አንዳንዶች ደግሞ በሚሰሩት ሥራ አለመሳ ካት ወይም በቤተሰብ መለያየት ምክንያት ሕይወትን በጥርጣሬ ማየት ስለጀመሩ እግዚአብሔርን ለማግኘት ወደ እርሱ ይመጣሉ። ሌሎቹም በአስከፊ ሕመም ከተሰቃዩ በኋላ ወይም ሞትን ስለሚ ፈሩ በሚጓጓ ልብ ይመጣሉ።

በቤተሳይዳ መጠመቂያ ተቀምጦ ለሠላሳ ስምንት ዓመት በሕመም ሲሰቃይ የነበረው ድውይ እንዳደረገው ሙሉ ለሙሉ ሕመምን ለእግዚአብሔር አሳልፎ ለመስጠትና ፈውስን ለመቀበል ሰው ፈውስን ከምንም ነገር በላይ መፈለግ አለበት።

በኢየሩሳሌምም በበጎች በር አጠገብ በዕብራይስጥ "ቤተ ሳይዳ" የምትባል አንዷት መጠመቂያ ነበረች። ዕውሮች አንካሶ ችም ሰውነታቸውም የሰለለ ብዙ ሕዝብ ይተኙባቸው በነበሩ በአ ምስት መመላለሻዎች የተከበበች ነበረች። ታሪክ እንደሚነግረን አንዳንድ ጊዜ የጌታ መልአክ ወደ መጠመቂያይቱ ወርዶ ውኃውን ያናውጥ ነበርና። ለመጀመሪያ ጊዜ ውሃው በተናወጠ ጊዜ ቀድሞ ትርጉሙ "የምህረት ቤት" ወደሚባለው ወደ ውሃው የገባ ከማን ኛውም በሽታ ይፈወስ ነበር ተብሎ ይታመናል።

በመጠመቂያው መተላለፊያ ለሠላሳ ስምንት ዓመት የተኛ ውን ድውይ ከተመለከተውና ለምን ያህል ጊዜ እንደተሰቃየ ካወቀ

በኋላ ኢየሱስ "ልትድን ትወዳለህን?" ብሎ ጠየቀው። ድውዩም "ጌታ ሆይ፥ ውኃው በተናወጠ ጊዜ በመጠመቂያይቱ ውስጥ የሚ ያኖረኝ ሰው የለኝም ነገር ግን እኔስመጣ ሳለሁ ሌላው ቀድሞኝ ይወርዳል" ብሎ መለሰለት (ዮሐ 5፡7)። ይህንን በማለቱ ምንም እንኳን ፈውስን ቢፈልግም በራሱ ምንም ማድረግ እንደማይችል ለጌታ ነገረው። ጌታችንም የሰውየውን ልብ በማየት "ተነሣና አልጋ ህን ተሸክመህ ሂድ" አለው (ዮሐ 5፡8)። ወዲያውም ሰውዬው ዳነ አልጋውንም ተሸክሞ ሄደ።

ኢየሱስ ክርስቶስን መቀበል አለብህ

ለሠላሳ ስምንት ዓመት ድውይ የነበረው ሰው ኢየሱስ ክርስቶ ስን ሲያገኘው ወዲያውኑ ፈውሱን ተቀበለ። የእውነተኛ ሕይወት ምንጬ የሆነውን ኢየሱስ ክርስቶስን ሲያምን የኃጢአቱን ሁሉ ይቅርታ አገኘ፤ እና ከሕመሙም ተፈወሰ።

በበሽታ የምትሰቃዩ አላችሁን? በበሽታ የምትሰቃይ ከሆነና ወደ እግዚአብሔር በመምጣት ፈውስን መቀበል ከፈለክ በአንተ እና በእግዚአብሐየር መካከል ያለውን ማንኛውን ግድግዳ ለማፍ ረስ በመጀመሪያ ኢየሱስ ክርስቶስን መቀበል፣ የእግዚአብሔር ልጅ መሆንና የኃጢአትን ይቅርታ ማግኘት አለብህ። ከዛም እግዚአብ ሔር ሁሉን አዋቂና ሁሉን ቻይ ስለሆነ ማንኛውንም ተአምር ሊያ ደርግ እንደሚችል ማመን አለብህ። በተጨማሪም በኢየሱስም ስቃይ ከበሽታችን ሁሉ እንደተዋጀንና ፈውስም በፈለክ ጊዜ በኢየ ሱስ ሥም መቀበል እንደምትችል ማመን አለብህ።

በዚህ ዓይነት እምነት ስንጸልይ እግዚአብሔር ጸሎታችንን ይሰማ፤ የፈውስ ሥራውንም ይገልጣል። የቱንም ያህል የቆየና

ከባድ በሽታ ቢሆንም የኃይል አምላክ በፈወሰህ ጊዜ ወዲያውኑ ጤነኛ እንደምትሆን አስበህ የበሽታህን ችግሮች በሙሉ ለእግዚአ ብሔር ለመስጠት እርግጠኛ ሁን።

በማርቆስ 2:3-12 የተገለጸው ሽባ የኢየሱስን ወደ ቅፍርና ሆም መምጣቱን በሰማ ጊዜ ወደ ኢየሱስ መሄድ ፈለገ። ኢየሱስ ሰዎችን ከተለያየ በሽታ መፈወሱን፣ ክፉ መናፍስትን ማስወጣቱ ንና ለምጻሞችን መፈወሱን በመስማቱ እርሱም የሚያምን ከሆነ ሊፈወስ እንደሚችል አስቧል። ሽባውም ከተሰበሰበው ብዙ ሕዝብ የተነሳ ወደ ኢየሱስ መቅረብ እንደማይችል ባወቀ ጊዜ ከወዳጆቹ ጋር በመሆን ኢየሱስ የነበረበትን ቤት ጣራ በመንደል ሽባው የተኛ በትን አልጋ በኢየሱስ ፊት አወረዱት።

ይህንን ሁሉ በማድረጉ ሽባው ወደ ኢየሱስ መቅረብ ምን ያህል እንደፈለገ ማሰብ ትችላለህን? ከቦታ ቦታ መዘዋወር የማይ ችለውና ከተሰበሰበው ሕዝብ የተነሳ መንቀሳቀስ ያልቻለው ሽባ በወዳጆቹ እርዳታ እምነቱንና መሰጠቱን ባየ ጊዜ የኢየሱስ ምላሽ እንዴት ነበር? ኢየሱስ ሽባው ባደረገው ወጣ ያለ ነገር ሳይነቅፈው "አንተ ልጅ፥ ኃጢአትህ ተሰረየችልህ" በማለት እንዲቆምና እንዲራ መድ ፈቀደለት።

በምሳሌ 8:17 እግዚአብሔር "እኔ የሚወድዱኝን እወድዳ ለሁ፥ ተግተው የሚሹኝም ያገኙኛል።" ይለናል። ከበሽታ ስቃይ ነጻ ለመሆን ከፈለክ በመጀመሪያ ፈውስን አጥብቀህ ልትፈልግ፣ የበ ሽታን ችግር ሊፈታ በሚችለው በእግዚአብሔር ኃይል ልታምንና ኢየሱስ ክርስቶስን ልትቀበል ይገባል።

የኃጢአትን ግድግዳ ልታፈርስ ይገባሃል

በእግዚአብሔር ኃይል ልትፈወስ እንደምትችል የቱንም ያህል ብታምን በአንተና በእግዚአብሔር መካከል የኃጢአት ግድግዳ እስካለ ድረስ በአንተ አይሰራም።

በዚህም ምክንያት በኢሳይያስ 1:15-17 እግዚአብሔር እንዲህ ይለናል፡ "እጃችሁንም ወደ እኔ ብትዘረጉ ዓይኔን ከእናንተ እሰውራ ለሁ፥ ልመናንም ብታበዙ አልሰማችሁም እጆቻችሁ ደም ተሞል ተዋል። ታጠቡ ሰውነታችሁንም አንጹ የሥራችሁን ክፋት ከዓይኔ ፊት አስወግዱ ክፉ ማድረግን ተዉ፥ መልካም መሥራትን ተማሩ፥ ፍርድን ፈልጉ፥ የተገፋውን አድኑ፥ ለድሀ አደጉ ፍረዱለት ስለ መበ ለቲቱም ተምዋገቱ።" እንዲሁም በቁጥር 18 ተስፋ ይሰጠናል፡ "ኑና እንዋቀስ ይላል እግዚአብሔር ኃጢአታችሁ እንደ አለላ ብትሆን እንደ አመዳይ ትነጻለች እንደ ደምም ብትቀላ እንደ ባዘቶ ትጠራ ለች።"

በተጨማሪም በኢሳይያስ 59፡1-3 የሚከተለውን እናነባለን፡

"እነሆ፥ የእግዚአብሔር እጅ ከማዳን አላጠረችም፥ ጆሮውም ከመስማት አልደነቈረችም ነገር ግን በደላችሁ በእናንተና በአምላካችሁ መካከል ለይታለች፥ እንዳይሰማም ኃጢአታ ችሁ ፊቱን ከእናንተ ሰውሮታል። እጃችሁ በደም ጣታችሁም በበደል ረክሳለች፥ ከንፈራችሁም ሐሰትን ተናግሮአል፥ ምላሳች ሁም ኃጢአትን አሰምቶአል።"

እግዚአብሔርን የማያውቁ፣ ኢየሱስ ክርስቶስን ያልተቀበሉ ሕይወታቸውን በራሳቸው መንገድ የሚመሩ ሰዎችና ኃጢአተኞች

መሆናቸውን አይገነዘቡትም። ሰዎች ኢየሱስ ክርስቶስን እንደ አዳ ኛቸው እንዲሁም መንፈስ ቅዱስን እንደ ሥጦታ ሲቀበሉ መንፈስ ቅዱስ ኃጢአትን፣ ጽድቅንና ፍርድ በተመለከተ ዓለምን ይኮንናል፤ ኃጢአተኛ መሆናቸውንም ይቀበላሉ ይናዘዙማል (ዮሐ 16፡8-11)

ነገር ግን ሰዎች ኃጢአት ምን እንደሆነ በዝርዝር የማያውቁ በት አጋጣሚ አለ። ስለዚህም በእነሱ ያለውን ኃጢአትና ክፉ ማስ ወገድና ከእግዚአብሔር ዘንድ መልስ ማግኘት ስለማይችሉ በፊቱ ኃጢአት ምን ማለት እንደሆነ በመጀመሪያ ማወቅ አለባቸው፡ ፡ ሁሉም በሽታና ሕመም በኃጢአት ምክንያት ስለመጣ ራስህን ወደኋላ ተመልክተህና በአንተ ያለውን የኃጢአትን ግድግዳ ካፈረ ስክ ብቻ ፈጣን የሆነውን የፈውስ አሰራር ትለማመዳለህ።

መጽሐፍ ቅዱስ ኃጢአት ነው ስለሚለን ነገርና እንዴት የኃጢአ ትን ግድግዳ ማፍረስ እንደምንችል እናጥና።

1. በእግዚአብሔር ስላላመንክና ኢየሱስ ክርስቶስን ስላልተቀበ ልክ ንስሐ መግባት አለብህ።

መጽሐፍ ቅዱስ በእግዚአብሔር አለማመናችንና ኢየሱስ ክርስ ቶስን እንደ አዳኛችን አለመቀበላችን ኃጢአት መሆኑን ይነግረናል (ዮሐ 16፡9)። ብዙ የማያምኑ ሰዎች ጥሩ ሕይወት እንደሚኖሩ ይናገራሉ። ነገር ግን እነዚህ ሰዎች የእውነትን ቃል ማለትም የእግ ዚአብሔርን ብርሃን ስለማያውቁና መልካሙን ከክፉው መለየት ስለማይችሉ ራሳቸውን በትክክል ሊያውቁት አይችሉም።

ምንም እንኳን ሰው ጥሩ ሕይወት እንደኖረ እርግጠኛ ቢሆንም በዓለም ያለውን ሁሉ የፈጠረውና ሕይወትን፣ ሞትን፣ እርግማ

ንንና በረከትን የሚቆጣጠረው የሁሉን ቻዩ የእግዚአብሔር ቃል በሆነው እውነት ሕይወቱ ቢፈተሸ ብዙ ኃጢአትና እውነት ያልሆነ ነገር ይገኛል። ስለዚህም መጽሐፍ ቅዱስ "ጻድቅ የለም አንድ ስንኳ" (ሮሜ 3፡11) እንዲሁም "ይህም የሕግን ሥራ በመሥራት ሥጋ የለበሰ ሁሉ በእርሱ ፊት ስለማይጸድቅ ነው፤ ኃጢአት በሕግ ይታወቃልና።" ይለናል (ሮሜ 3፡20)። እግዚአብሔርን ስላለ ማመንህና ኢየሱስ ክርስቶስን ስላለመቀበልህ ንስሐ ከገባህ በኋላ ኢየሱስ ክርስቶስን ስትቀበልና የእግዚአብሔር ልጅ ስትሆን ሁሉን ቻዩ አምላክ አባትህ ይሆናል። ስለዚህም ስለየትኛውም በሽታህ መልስን ትቀበላለህ።

2. ወንድሞችህን ስላልወደድክ ንስሐ መግባት አለብህ።

መጽሐፍ ቅዱስ "ወዳጆች ሆይ፥ እግዚአብሔር እንዲህ አድርጎ ከወደደን እኛ ደግሞ እርስ በርሳችን ልንዋደድ ይገባናል።" ይለናል (1ኛ ዮሐ 4፡11)። በተጨማሪም ጠላቶቻችንን ሳይቀር እንድንወድድ ያሳስበናል (ማቴ 5፡44)። ወንድሞቻችንን ከጠላን የእግዚአ ብሔርን ቃል እየታዘዝን አይደለም፤ ኃጢአትም እናደርጋለን።

ኢየሱስ በኃጢአትና በክፉ ለሚኖረው ለሰው ዘር ሁሉ በመስቀል ላይ በመሰቀል ለሰው ያለውን ፍቅሩን ካሳየ እኛም ወላጆቻችንን፣ ልጆቻችንን፣ ወንድሞቻችንንና እሕቶቻችንን መውደዳችን ተገቢ ይሆናል። በጣም ተራ በሆነ ስሜትና የእርስ በእርስ አለመግባባት ምክንያት መጥላታችንና ይቅርታ ማድረግ አለመቻላችን በእግዚአብሔር ፊት መልካም አይደለም።

በማቴዎስ 18፡23-35 ኢየሱስ የሚከተለውን ምሳሌ ይሰጠናል፡

"ስለዚህ መንግሥተ ሰማያት ባሮቹን ሊቈጣጠር የወደደን ንጉሥ ትመስላለች። መቈጣጠርም በጀመረ ጊዜ፥ እልፍ መክሊት ዕዳ ያለበትን አንድ ሰው ወደ እርሱ አመጡ። የሚከፍለውም ቢያጣ፥ እርሱና ሚስቱ ልጆቹም ያለውም ሁሉ እንዲሸጥና ዕዳው እንዲከፈል ጌታው አዘዘ። ስለዚህ ባሪያው ወድቆ ሰገደለትና። ጌታ ሆይ፥ ታገሠኝ፥ ሁሉንም እከፍልሃለሁ አለው። የዚያም ባሪያ ጌታ አዘነለትና ለቀቀው፥ ዕዳውንም ተወለት። ነገር ግን ያ ባሪያ ወጥቶ ከባልንጀሮቹ ከባሮቹ መቶ ዲናር ዕዳ ያለበትን አንዱን አገኘና። ዕዳህን ክፈለኝ ብሎ ያዘና አነቀው። ስለዚህ ባልንጀራው ባሪያ ወድቆ። ታገሠኝ፥ ሁሉንም እከፍልሃለሁ ብሎ ለመነው። እርሱም አልወደደም፥ ግን ሄዶ ዕዳውን እስኪከፍል ድረስ በወኅኒ አኖረው። ባልንጀሮቹ የሆኑ ባሮችም ያደረገውን አይተው እጅግ አዘኑ፥ መጥተውም የሆነውን ሁሉ ለጌታቸው ገለጡ። ከዚያ ወዲያ ጌታው ጠርቶ። አንተ ክፉ ባሪያ፥ ስለ ለመንኸኝ ያን ዕዳ ሁሉ ተውሁልህ፤ እኔ እንደ ማርሁህ ባልንጀራህ የሆነውን ያን ባሪያ ልትምረው ለአንተስ አይገባህምን? አለው። ጌታውም ተቈጣና ዕዳውን ሁሉ እስኪከፍለው ድረስ ለሚሣቅዩት አሳልፎ ሰጠው። ከእናንተ እያንዳንዱ ወንድሙን ከልቡ ይቅር ካላለ፥ እንዲሁ ደግሞ የሰማዩ አባቴ ያደርግባችኋል።"

ምንም እንኳን የአባታችንን የእግዚአብሔርን ይቅርታና ጸጋ ብንቀበልም የወንድሞቻችንን ስህተትና ድካም ለመቀበል የማንችል ወይም ፈቃደኛ የማንሆን ነገር ግን በተቃራኒው ጠላትነትን የምንፈጥር፣ የምንማረርና እርስ በእርስ የምንጣላ አይደለንን?

እግዚአብሔር እንዲህ ይለናል፡ "ወንድሙን የሚጠላ ሁሉ ነፍሰ ገዳይ ነው፥ ነፍሰ ገዳይም የሆነ ሁሉ የዘላለም ሕይወት በእርሱ

እንዳይኖር ታውቃላችሁ።" (1ኛ ዮሐ 3:15)፣ "እናንተ እያንዳንዱ ወንድሙን ከልቡ ይቅር ካላለ፥ እንዲሁ ደግሞ የሰማዩ አባቴ ያደ ርግባችኋል።" (ማቴ 18፡35)፣ "ወንድሞች ሆይ፥ እንዳይፈረድብ ችሁ እርስ በርሳችሁ አታጉረምርሙ፤ እነሆ፥ ፈራጅ በደጅ ፊት ቆሞአል።" (ያዕ 5፡9)።

ወንድሞቻችንን ከመውደድ ይልቅ የምንጠላ ከሆነ መገን ዘብ ያለብን ነገር ኃጢአት አድርገናል፤ በመንፈስ ቅዱስም አንሞ ላም፤ እንታመማለንም። ስለዚህ ወንድሞቻችን ቢጠሉንና ቢያሳ ዝኑንም እንኳን መልሰን ከመጥላትና ከማሳዘን ይልቅ ልባችንን በእውነት መጠበቅና ተረድተናቸው ይቅርታ ልናደርግላቸው ይገ ባናል። ለእንደዚህ ዓይነት ወንድሞችና እሕቶች ልባችን የፍቅርን ጸሎት መጸለይ መቻል አለበት። በመንፈስ ቅዱስ እርዳታ አንዳችን ሌላውን ስንረዳ፣ ይቅር ስንልና ስንወድድ እግዚአብሔር ደግሞ ርህራሄውንና ምህረቱን ያሳየናል፤ የፈውስንም አሰራር ይገልጥል ናል።

3. በራስ ወዳድነት ጸልየህ ከሆነ ንስሐ መግባት አለብህ።

ኢየሱስ በክፉ መንፈስ ተይዞ የነበረውን ልጅ ከፈወሰው በኋላ ደቀ መዛሙርቱ "እኛ ልናወጣው ያልቻልን ስለ ምንድር ነው?" ብለው ብቻውን ጠየቁት (ማር 9፡28)። "ይህ ወገን በጸሎትና በጦም ካልሆነ በምንም ሊወጣ አይችልም" አላቸው (ማር 9፡29)።

ፈውስን በተወሰነ ደረጃ ለመቀበል ጸሎትንና ልመናን ማቅረብ ያስፈልጋል። ነገር ግን እግዚአብሔር ደስ አይሰኝባቸውምና ለግል ጉዳዮች የሚጸለዩ ጸሎቶች መልስ አያገኙም። እግዚአብሔር "እን ግዲህ የምትበሉ ወይም የምትጠጡ ብትሆኑ ወይም ማናቸውን ነገር ብታደርጉ ሁሉን ለእግዚአብሔር ክብር አድርጉት።" ብሎ አዝ

ዞናል (1ኛ ቆሮ 10፡31)። ስለዚህ የመማራችን፣ ጥሩ ስም ወይም ሥልጣን የማግኘታችን ግቡ የእግዚአብሔር ክብር መሆን አለበት፡ ፡ በያዕቆብ 4:2-3 እንዲህ እናነባለን፡ "ትመኛላችሁ ለእናንተም አይሆንም፤ ትገድላላችሁ በብርቱም ትፈልጋላችሁ፥ ልታገኙም አት ችሉም፤ ትጣላላችሁ ትዋጉማላችሁ ነገር ግን አትለምኑምና ለእና ንተ አይሆንም፤ ትለምናላችሁ፥ በምኞቶቻችሁም ትከፍሉ ዘንድ በክፉ ትለምናላችሁና አትቀበሉም።"

ለእግዚአብሔር ክብር በጤንነት ለመኖር ፈውስን የምትጠ ይቅ ከሆነ መልስን ታገኛለህ። ነገር ግን ጠይቀህ ፈውስህ ካልተቀበ ልክ የዚህ ምክንያቱ ምንም እንኳን እግዚአብሔር ደግሞ ደጋግሞ የሚበልጥ ነገር ሊሰጥህ ቢፈልግም እየፈለግክ ያለኸው ነገር ተገቢ ያልሆነ ነገር ስለሆነ ይሆናል።

እግዚአብሔር በም ዓይነት ጸሎት ደስ ይሰኛል? ኢየሱስ በማ ቴዎስ 6:33 እንደሚነግረን "ነገር ግን አስቀድማችሁ የእግዚአብ ሔርን መንግሥት ጽድቁንም ፈልጉ፥ ይህም ሁሉ ይጨመርላች ኋል።" ስለምግብ፣ ስለልብስና ስለመሳሰሉት ነገሮች ከመጨነቅ ይልቅ በመጀመሪያ ስለመንግስቱና ስለጽድቁ፣ ስለወንጌልና ስለቅ ድስና ጸሎትን በማቅረብ እግዚአብሔርን ደስ ልናሰኘው ይገባናል። ይህንን ካደረክ በኋላ ብቻ እግዚአብሔር የልብህን መሻት ይመልስ ልሃል፤ ሙሉ ፈውስም ይሰጥሃል።

4. በጥርጣሬ ጸልየህ ከሆነ ንስሐ መግባት አለብህ።

የሰውን እምነት በሚያሳይ ጸሎት እግዚአብሔር ደስ ይሰኛል። ስለዚህ ጉዳይ ዕብራዊያን 11:6 እንደዚህ ይለናል፡ "ያለ እምነትም ደስ ማሰኘት አይቻልም፤ ወደ እግዚአብሔር የሚደርስ እግዚአብ

ሔር እንዳለ ለሚፈልጉትም ዋጋ እንዲሰጥ ያምን ዘንድ ያስፈልገ ዋልና።" ተመሳሳይ በሆነ መልኩም ያዕቆብ 1:6-7 እንዲህ ብሎ ያሳስበናል፡ "ሁለት አሳብ ላለው በመንገዱም ሁሉ ለሚወላውል ለዚያ ሰው ከጌታ ዘንድ አንዳች እንዲያገኝ አይምሰለው። ሁለት አሳብ ላለው በመንገዱም ሁሉ ለሚወላውል ለዚያ ሰው ከጌታ ዘንድ አንዳች እንዲያገኝ አይምሰለው።"

በጥርጣሬ የቀረቡ ጸሎቶች ኃይሉን በመናቅና ምንም ማድረግ እንደማይችል አምላክ በመቁጠር ሰው በሁሉን ቻዩ አምላክ አለ ማመኑን ያመለክታሉ። በልብህ ለማመን የሚያስችልህ እምነት እንዲኖርህ ንስሐ መግባት፣ የእምነት አባቶችን ምሳሌ ልትከተል፣ በትጋትና በንቃት ልትጸልይ ይገባሃል።

በመጽሐፍ ቅዱስ ውስጥ ብዙውን ጊዜ ታላቅ እምነት ያላቸ ውን ሰዎች ሲወድድ፣ ሠራተኛ አድርጎ ሲመርጣቸውና አገልግ ሎቱን በእነሱና ከእነሱ ጋር ሆኖ ሲያከናውን ኢየሱስን እናገኘዋ ለን። ሰዎች እምነታቸውን ማሳየት ባቃታቸው ስለትንሹ እምነታ ቸው ጊዜ ደቀ መዛሙርቱንም ጨምሮ ይገስጻቸው ነበር (ማቴ 8፡ 23-27)። ነገር ግን ታላቅ እምነት የነበራቸውን ሰዎች አሕዛብም ቢሆኑም እንኳን ያደንቃቸውና ይወድዳቸው ነበር (ማቴ 8፡10)።

የምትጸልየው እንዴት ነው ምን ዓይነትስ እምነት አለህ?

በማቴዎስ 8:5-13 የምናገኘው መቶ አለቃ ወደ ኢየሱስ መጥቶ ከአገልጋዮቹ አንዱ የነበረውንና ሽባ ሆኖ በቤቱ እጅግ የሚሰቃየውን ብላቴና እንዲፈውስለት ጠየቀው። ኢየሱስም "እኔ መጥቼ እፈውሰዋለሁ" ባለው ጊዜ (ማቴ 8፡7) መቶ አለቃውም "ጌታ ሆይ፥ በቤቴ ጣራ ከታች ልትገባ አይገባኝም፤ ነገር ግን ቃል ብቻ ተናገር፥ ብላቴናዬም ይፈወሳል።" (ማቴ 8፡8) ብሎ በመመ

ለስ ለኢየሱስ ያለውን ታላቅ እምነት አሳየው። ኢየሱስም መጸ አለቃውን ከሰማው በኋላ ደስ ተሰኝቶ መቶ አለቃውን አደነቀው፡ "እውነት እላችኋለሁ፥ በእስራኤል እንኳ እንዲህ ያለ ትልቅ እምነት አላገኘሁም።" (ማቴ 8፡10)። በዛኑ ሰዓትም የመቶ አለቃው አገል ጋይ ተፈወሰ።

በማርቆስ 5:21-43 አንድ አስደናቂ የፈውስ አሰራር ተጽፎ እናገ ኛለን። ኢየሱስ በባህር አጠገብ በነበረበት ጊዜ ከምኵራብ አለቆች አንዱ የነበረው ኢያኢሮስ ወደ ኢየሱስ መጥቶ ከእግሩ ሥር ወደቀ፡ ፡ ኢያኢሮስ ኢየሱስን ለመነው። "ታናሽቱ ልጄ ልትሞት ቀርባለችና እንድትድንና በሕይወት እንድትኖር መጥተህ እጅህን ጫንባት ብሎ አጥብቆ ለመነው።" (ቁ.23)

ኢየሱስ ከኢያኢሮስ ጋር እየሄደ ሳለ ለአስራ ሁለት ዓመት ደም ይፈሳት የነበረች አንዲት ሴት ወደ እርሱ መጣች። ከብዙ ባለመ ድኃኒቶች ጋር በነበራት ቆይታ ብዙ ተሰቃይታለች፤ ያላትንም ነገር ሁሉ አውጥታለች። ነገር ግን ደህና ከመሆን ይልቅ ሕመሟ ባሰባት።

ይህች ሴት ኢየሱስ በቅርበት እንዳለ ሰምታለችና ይከተሉት በነ በሩት ብዙ ሰዎች መካከል ከበስተኋላው በመምጣት የልብሱን ጫፍ ነካች። "ልብሱን ብቻ የዳሰስሁ እንደ ሆነ እድናለሁ" ብላ አምና ነበርና (ቁ.28) ሴቲቱ እጆቿን በኢየሱስ ልብስ ላይ ባደረ ገች ጊዜ ወዲያውኑ የደምዋ ምንጭ ደረቀ፤ ከሥቃይዋም እንደዳ ነች በሰውነትዋ አወቀች። ወዲያውም ኢየሱስ ከእርሱ ኃይል እንደ ወጣ በገዛ ራሱ አውቆ በሕዝቡ መካከል ዘወር ብሎ፡ "ልብሴን የዳሰሰ ማን ነው?" (ቁ.30) አለ። ሴቲቱም እውነቱን ስትናገር ኢየሱስ "ልጄ ሆይ፥ እምነትሽ አድኖሻል፤ በሰላም ሂጂ ከሥቃይ

ሽም ተፈወሽ" (ቁጥር 34) አላት። ለሴቲቱ ድነትንና የጤንነትን በረከት ሰጣት።

በዛኑ ጊዜ ከኢያኢሮስ ቤት የመጡ ሰዎች "ልጅህ ሞታለች" (ቁጥር 35) አሉት። ኢየሱስ ኢያኢሮስን በማረጋጋት "እመን ብቻ እንጂ አትፍራ" (ቁ. 36) ብሎት ወደ ኢያኢሮስ ቤት መሄድ ቀጠለ። በዛም ኢየሱስ ለሕዝቡ "ብላቴናይቱ ተኝታለች እንጂ አልሞተችም" (ቁ. 39) ካላቸው በኋላ ለብላቴናዋ "ጣሊታ ቁሚ አላት፤ ፍችውም አንቺ ብላቴና ተነሽ እልሻለሁ ነው" (ቁጥር 41) አላት። ብላቴናዋም ወዲያው ተነስታ መመላለስ ጀመረች።

በእምነት ስትጸልይ ከባድ በሽታም ቢሆን እንደሚፈወስና የሞተም እንደሚነሳ ማመን አለብህ። እስከአሁን ድረስ በጥርጣሬ ጸልየህ ከሆነ ይህንን ኃጢአት በመናዘዝና ንስሐ በመግባት ፈውስን ተቀበል፤ ብርቱም ሁን።

5. ለእግዚአብሔር ትዕዛዛት ባለመታዘዝህ ንስሐ መግባት አለብህ።

በዮሐንስ 14:21 ኢየሱስ እንዲህ ይለናል፡ "ትእዛዜ በእርሱ ዘንድ ያለችው የሚጠብቃትም የሚወደኝ እርሱ ነው፤ የሚወደኝንም አባቴ ይወደዋል እኔም እወደዋለሁ ራሴንም እገልጥለታለሁ።" በተጨማሪም 1ኛ የዮሐንስ መልእክት 3:21-22 እንዲህ ያሳስበናል፡ "ወዳጆች ሆይ፥ ልባችንስ ባይፈርድብን በእግዚአብሔር ዘንድ ድፍረት አለን፥ ትእዛዙንም የምንጠብቅና በፊቱ ደስ የሚያሰኘውን የምናደርግ ስለሆንን የምንለምነውን ሁሉ ከእርሱ እናገኛለን።" ኃጢአተኛ በእግዚአብሔር ፊት ድፍረት ሊኖረው አይችልም። ነገር ግን ልባችን በእግዚአብሔር ቃል ሲመዘን የተወደደና ንጹሕ ከሆነ እግዚአብሔርን ስለየትኛውም ነገር በድፍረት መጠየቅ እንች

ላለን።

ስለዚህ በእግዚአብሔር እንደሚያምን ሰው ለስልሳ ስድስቱ የመጽሐፍ ቅዱስ መጻሕፍት አጭር መግለጫ ሆነው ማገልገል የሚችሉትን አስርቱን ትዕዛዛት መማርና መረዳትና ምን ያህል ሕይወትህ እንደማይታዘዛቸው ማየት አለብህ።

I. በልቤ ከእግዚአብሔር ውጪ ሌላ አምላክ አለኝን?

II. ያለኝን ሃብት፣ ልጆቼን፣ ጤንነቴን፣ ሥራዬንና የመሳሰሉትን ጣዖት አድርጌያቸውና አምልኬያቸው አውቃለሁን?

III. የእግዚአብሔርን ሥም በከንቱ ጠርቼ አውቃለሁን?

IV. ሁል ጊዜ ሰንበትን አከብራለሁን?

V. ሁል ጊዜ እናትና አባቴን አከብራለሁን?

VI. በአካልም ሆነ በመንፈስ ወንድሞቼንና እህቶቼን በመጥላት ወይም ኃጢአት እንዲሰሩ በማድረግ ግድያን ፈጽሜ አውቃለሁን?

VII. በልቤም ቢሆን አመንዝሬ አውቃለሁን?

VIII. ሰርቄ አውቃለሁን?

IX. በባልንጀራዬ ላይ በሐሰት መስክሬ አውቃለሁን?

X. የባልንጀራዬን ሃብት ተመኝቼ አውቃለሁን?

በተጨማሪም ወደኋላህ መመልከትና ባልንጀራህን እንደ ራስህ አድርገህ በመውደድ የእግዚአብሔር ትዕዛዝ መጠበቅህንና አለመ ጠበቅህን ማወቅ አለብህ። የእግዚአብሔርን ትዕዛዛት ስትታዘዝና ስትጠይቀው የኃይል አምላክ የትኛውን ዓይነትና ሁሉንም በሽታ ይፈውሳል።

6. ለእግዚአብሔር ስላልዘራህ ንስሐ መግባት አለብህ።

እግዚአብሔር በዓለም ያለውን ሁሉ ስለተቆጣጠረ ለመንፈ ሳዊው ዓለም የተወሰኑ ሕጎችን አስቀምጧል እንደ ጻድቅ ዳኛም ሁሉንም ነገሮች በሕግጋቱ ይመራቸዋል፤ ያስተዳድራቸውማል።

በዳንኤል 6 ንጉሥ ዳሪዮስ መንም እንኳን ንጉሥ ቢሆንም የተ ወደደውን አገልጋዩን ዳንኤልን ከአንበሶች ጉድጓድ ማዳን በማይ ችልበት ሁኔታ ውስጥ እናገኘዋለን። በራሱ ጽሑፍ አዋጅ በማው ጣቱ ዳሪዮስ ራም ቢሆን እንኳን ያወጣውን አዋጅ መተላለፍ አል ቻለም ነበር። ሕጉን በመተላለፍና ትዕዛዙን በማጠፍ የመጀመ ሪያው ንጉሡ ከሆነ ማን ሊሰማውና ሊያገለግለው ይችላል? ስለ ዚህም ምንም እንኳን የሚወደው አገልጋዩ ዳንኤል በክፉ ሰዎች ተንኮል ምክንያት ወደ አንበሶቹ ጉድጓድ ሊጣል ቢሆንም ዳሪዮስ ምንም ማድረግ አልቻለም ነበር።

በተመሳሳይ መልኩም እግዚአብሔር ትዕዛዙን ስለማያጥፍና ያወጣውን ሕግ ስለማይተላለፍ በዓለም ያለው ነገር ሁሉ በሉ ዓላዊነቱ ሥር ሆኖ በትክክለኛ ሥርዓት ይንቀሳቀሳል። ስለዚህ “አትሳቱ፤ እግዚአብሔር አይዘበትበትም። ሰው የሚዘራውን ሁሉ

ያንኑ ደግሞ ያጭዳልና" (ገላ 6፡7)።

በጸሎት በዘራህ መጠን መልስን ትቀበላለህ፣ በመንፈሳዊነትም ታድጋለህ፤ የውስጥ ማንነትህም ይጠነክራል፤ መንፈስህም ይታደሳ። ታምመህና በሽታ ይዞህ ነገር ግን ለእግዚአብሔር ባለህ ፍቅር በአምልኮ ፕሮግራሞች ሁሉ በትጋት በመሳተፍ ጊዜህ የምትዘራ ከሆነ የጤንትን በረከት ትቀበላለ፤ ሰውነትህም ያለጥርጥር ሲለወጥ ታያለህ። ሃብትህን ለእግዚአብሐየር የምትዘራ ከሆነ ይጠብቅሃል፤ ከመከራም ይጋርድሃል። በተጨማሪም የተትረፈረፈ የሃብት በረከትን ይሰጥሃል።

ለእግዚአብሔር ዘር መዝራት አስፈላጊ መሆኑን በመገንዘብ የሚበሰብሰውንና የሚጠፋውንና ይህንን ዓለም ተስፋ ማድረግ ብታቆምና በእውነተኛ እምነት ሃብትን በሠማይ ብታከማች ሁሉን ቻዩ አምላክ ወደ ጤነኛ ሕይወት ሁልጊዜ ይመራሃል።

እስከ አሁን በእግዚአብሔርና በሰው መካከል ግድግዳ የሆነውን ነገርና ለምን በበሽታ ስንሰቃይ እንደኖርን ከእግዚአብሔር ቃል አይተናል። በእግዚአብሔር የማታምንና በበሽታ የምትሰቃይ ከሆነ ኢየሱስን እንደ አዳኝህ አድርገህ ተቀበልና በክርስቶስ አዲስ ሕይወት ጀምር። ሥጋን ብቻ የሚገድሉትን አትፍራ። ነገር ግን ሥጋንና መንፈስን ወደ ሲኦል ሊያወርድ የሚችለውን በመፍራት ከቤተሰቦችህ፣ ከወንድም እህቶችህ፣ ከትዳር አጋርህ፣ ከአማጬችህና ከሌሎችም ዘንድ ከሚመጣ መከራ በድነት አምላክ ላይ ያለህን እምነት ጠብቅ። እግዚአብሔር እምነትህን ሲቀበል ይሰራል፤ አንተም የፈውስን ጸጋ ልትቀበል ትችላለህ።

አማኝ ብትሆንና በበሽታ ብትሰቃይ ምንም ዓይነት የክፉ ቅሬ

ታዎች ማለትም ጥላቻ፣ ቅናት፣ አመጽ፣ ነውር፣ ስግብግብነት፣ ክፉ አሳብ፣ መግደል፣ ክርክር፣ ሐሜት፣ ስድብ፣ ትምክህትና የመ ሳሰሉት መኖራቸውን ለማየት ወደ ራስህ ተመልከት። ወደ እግዚ አብሔር በመጸለይና ይቅርታን ከርህራሄውና ከምህረቱ በመቀበል ለበሽታህ ችግር መልስን ተቀበል።

ብዙ ሰዎች ከእግዚአብሔር ጋር ይደራደራሉ። በሽታና ሕመማ ቸውን ከፈወሰላቸው ኢየሱስን እንደሚቀበሉና በሚገባ እንደሚከ ተሉት ይናገራሉ። ነገር ግን እግዚአብሔር የእያንዳንዱን ሰው ልብ ስለሚያውቅ በመንፈስ ካነጻቸው በኋላ ብቻ እያንዳዱን ከአካላ ዊው በሽታ ይፈውሳቸዋል።

የሰው አሳብና የእግዚአብሔር አሳብ እንደሚለያይ በመረዳት ለበሽታህ የፈውስን በረከት እንደምትቀበል እንዲሁ መንፈስህ እን ዲፈወስ በመጀመሪያ ለእግዚአብሔርን ፈቃድ ታዛዥ ትሆን ዘንድ በጌታችን ስም ጸለይሁ!

ምዕራፍ 3

———— ∽∾ ————

ፈዋሹ እግዚአብሔር

ዘጸ 15፡26

“እርሱም፡- አንተ የአምላክህን የእግዚአብሔርን ቃል አጥብቀህ ብትሰማ፥ በፊቱም የሚበጀውን ብታደርግ፥ ትእዛዙንም ብታደምጥ፥ ሥርዓቱንም ሁሉ ብትጠብቅ፥ በግብፃውያን ላይ ያመጣሁትን በሽታ አላደርስብህም እኔ ፈዋሽህ እግዚአብሔር ነኝና አለ።”

ሰው የሚታመመው ለምንድን ነው?

ፈዋሹ አምላክ ሁሉም ልጆቹ በጤንነት ይኖሩ ዘንድ ቢፈልግም ብዙዎቹ የበሽታ ችግር መፍታት አቅቷቸው በሕመም ይሰቃያሉ፡ ፡ ለእያንዳንዱ ውጤት መንስኤ እንዳለ ሁሉ ለእያንዳንዱም በሽታ መንስኤ አለ። ማንኛውም በሽታ መንስኤው ከታወቀ ወዲያውኑ ሊድን እንደሚችል ፈውስን መቀበል የሚፈልጉ ሁሉ በመጀመሪያ የበሽታቸውን መንስኤ ማወቅ አለባቸው። በዘጸአት 15:26 ላይ ካለው ከእግዚአብሔር ቃል የበሽታን መንስኤ እንዲሁም ከበሽታ ነጻ ስለምንወጣባቸውና በጤንነት ስለምንኖርባቸው መንገዶች እናጠናለን።

"ጌታ" የሚለው ለእግዚአብሔር የተሰጠ ሥም ሲሆን "ያለና የሚኖር እኔ ነኝ" (ዘጸ 3:14) የሚወክል ነው። ይህ ሥም ፍጥረታ በሙሉ እጅግ ለተፈራው አምላክ ሥልጣን ተገዢ መሆናቸው ያመ ለክታል። እግዚአብሔር ራሱን "እኔ ፈዋሽህ እግዚአብሔር ነኝና" (ዘጸ 15፡26) ብሎ በመጥራቱ ከበሽታ ስቃይ እኛን ነጻ ስለሚያወ ጣው ስለእግዚአብሔር ፍቅርና በሽታን ስለሚፈውሰው ስለእግ ዚአብሔር ኃይል እንማራለን። በዘጸአት 15:26 "አንተ የአምላክ ህን የእግዚአብሔርን ቃል አጥብቀህ ብትሰማ፥ በፊቱም የሚበጀ ውን ብታደርግ፥ ትእዛዙንም ብታደምጥ፥ ሥርዓቱንም ሁሉ ብት ጠብቅ፥ በግብፃውያን ላይ ያመጣሁትን በሽታ አላደርስብህም እኔ ፈዋሽህ እግዚአብሔር ነኝና አለ።" የሚል ተስፋ ሰጥቶናል። ስለዚህ ከታመምክ መታመምህ በጥንቃቄ ድምጹን ላለመስማ ትህ፣ በፊቱ ትክክል የሆነውን ነገር ላለማድረግህና ለትዕዛዛቱ ትኩ ረትን እንዳልሰጠህ ማስረጃ ሆኖ ያገለግላል።

የእግዚአብሔር ልች የሰማይ ዜጋ ስለሆኑ በሰማይ ሕግ መኖር አለባቸው። ነገር ግን የሰማይ ዜጎች የሰማይን ሕግ የማያከብ ከሆነ ኃጢአት አመጽ ስለሆነ እግዚአብሔር ሊጠብቃቸው አይችልም (1ኛ ዮሐ 3፡4)። ስለዚህ የበሽታ ኃይላት በመግባት የእግዚአብሔር ልጆች በበሽታ እንዲሰቃዩ ያደርጋሉ።

ልንታመም የምንችልባቸውን መንገዶችና የእግዚአብሔር ኃይል በበሽታ የምንሰቃየውን እንዴት ሊፈውሰን እንደሚችል በዝ ርዝር እንመርምር።

በኃጢአቱ ምክንያት ሰው ሊታመም የሚችልበት ሁኔታ

በመጽሐፍ ቅዱስ በሙሉ የበሽታ መንስኤው ኃጢአት መሆኑን እግዚአብሔር ደግሞ ደጋግሞ ይነግረናል። የዮሐንስ ወንጌል 5፡ 14 እንዲህ ይነበባል፡ "ከዚህ በኋላ ኢየሱስ በመቅደስ አገኘውና። እነሆ፥ ድነሃል፤ ከዚህ የሚብስ እንዳይደርስብህ ወደ ፊት ኃጢአት አትሥራ አለው።" ይህ ክፍል ሰውየው ደግሞ ኃጢአትን ቢያደርግ ከመጀመሪያው በሽታው በሚከፋ በሽታ እንደሚታመም እንዲ ሁም በኃጢአት ምክንያት ሰዎች እንደሚታመሙ ያሳስበናል።

በዘዳግም 7:12-15 እግዚአብሔር ተስፋ ሰጥቶናል፡ "እንዲህም ይሆናል ይህችን ፍርድ ሰምተህ ብትጠብቃት ብታደርጋትም፥ አም ላክህ እግዚአብሔር ለአባቶችህ የማለውን ቃል ኪዳንና ምሕረት ለአንተ ይጠብቅልሃል ይወድድህማል፥ ይባርክህማል፥ ያበዛህማል ይሰጥህም ዘንድ ለአባቶችህ በማለላቸው ምድር የሆድህን ፍሬ የመሬትህንም ፍሬ፥ እህልህን ወይንህንም ዘይትህንም፥ የከብት ህንም ብዛት የበግህንም መንጋ ይባርክልሃል። ከአሕዛብም ሁሉ

ይልቅ የተባረክህ ትሆናለህ በሰውህና በከብትህም ዘንድ ወንድ ቢሆን ወይም ሴት ብትሆን መካን አይሆንብህም። እግዚአብሔርም ሕማምን ሁሉ ከአንተ ያርቃል የምታውቀውንም ክፉውን የግብፅ በሽታ ሁሉ በአንተ ላይ አያደርስብህም፥ በጠላቶችህም ሁሉ ላይ ያመጣባቸዋል።" ሰውን በሚጠሉት ዘንድ ክፉና ኃጢአት አለ፤ በእነዚህም ዓይነት ሰዎች ላይ በሽታ ይመጣባቸዋል።

ብዙውን ጊዜ "የበረከት ምዕራፍ" ተብሎ በሚታወቀው በዘዳግም 28 አምላካችንን ሙሉ ለሙሉ ስንታዘዘውና ትዕዛዛቱን በጥንቃቄ ስንከተል የምንቀበላቸውን የበረከት ዓይነቶች እግዚአብሔር ይነግረናል። በተጨማሪም በጥንቃቄ ትዕዛዛቱንና ፍርዱን የማንከተል ከሆነ ስለሚያገኙንና ስለሚደርሱብን የእርግማን ዓይነቶች ይነግረናል።

በተለይም ለእግዚአብሔር የማንታዘዝ ከሆነ ተላልፈን ስለምንሰጣቸው የሽታ ዓይነቶች በዝርዝር ተጽፏል። እነዚህም መቅሰፍት፣ ክሳት፥ ንዳድ፥ ጥብሳት፥ ትኩሳት፥ ድርቅም፣ "ፈውስ በሌለው በግብፅ ቍስል በእባጭም በቋቁቻም በችፌም"፣ ዕብደት፥ ዕውርነት፥ የሚያድን የሌለበት ድንጋጤና የጕልበትንና የጭን ሕመም ከእግር ጫማ እስከ አናት የሚደርስም ፈውስ የሌለው ክፉ ቍስልናቸው (ዘዳ 28፡21-35)።

የበሽታ መንስኤው ኃጢአት መሆኑን በሚገባ በመገንዘብ በበሽታ ከታመምክ በመጀመሪያ በእግዚአብሔር ቃል ባለመኖርህ ንስሐ መግባትና ይቅርታ መቀበል አለብህ። እንደ ቃሉ በመኖር ፈውስን ከተቀበልክ በኋላ ዳግመኛ ኃጢአት መስራት የለብህም።

ምንም እንኳን ኃጢአትን ባይሰራ ሰው ሊታመም የሚ ችልበት ሁኔታ

አንዳንድ ሰዎች ኃጢአትን ባያደርጉም ይታመማሉ። ነገር ግን በእግዚአብሔር ፊት ትክክል የሆነውን የምናደርግ፣ ለትዕዛዛቱ ትኩረት የምንሰጥና ቃሉን የምንጠብቅ ከሆነ እግዚአብሔር በምን ዓይት በሽታ እንደማይቀጣን ቃሉ ይነግረናል። ከታመምን ግን በፊቱ ትክክል የሆነውን እንዳላደረግንና ቃን እንዳልጠበቅን ማወቅ አለብን።

ታዲያ የበሽታ መንስኤ የሆነው ኃጢአት ምንድን ነው?

ሰው እግዚአብሔር የሰጠውን ጤነኛ ሰውነት ራስን ባለመግዛት ወይም በኃጢአት የሚጠቀምበት፣ ትዕዛዙን የማይጠብቅ፣ ስህተቶች የሚፈጽም ወይም የተዘበራረቀ ሕይወትን የሚመራ ከሆነ ራሱን በበሽታ የመታመም ከፍተኛ አደጋ ውስጥ ያስቀምጣል። በዚህ መልኩ የሚመጡ በሽታዎች ከመጠን ባለፈ ወይም ጤነኛ ባልሆነ የአመጋገብ ሥርዓት የሚመጣ የጨጓራ ሕመምን፣ በማያቋርጥ መልኩ ሲጋራ ከማጨስና መጠጥ ከመጠጣት የሚመጣ የጉበት በሽታንና ከመጠን በላይ የሆነ ሥራን ከመስራት ጋር የሚያያዙ ሌሎችን በሽታዎች ያካትታሉ።

ይህ በሰው አመለካከት ኃጢአት ላይሆን ቢችልም በእግዚአብሔር ፊት ግን ኃጢአት ነው። ከመጠን በላይ የሆነ አመጋገብ ኃጢአት ነው፤ ምክንያቱም የሰውን ስግብግብነትና ራስን መግዛት አለመቻል ያሳያል። ሰው ስርዓት በሌለው አመጋገብ ምክንያት የታመመ ከሆነ ኃጢአቱ ተራ የሆነ የሕይወት ዘይቤ መከተሉ

ወይም የምግብ ሰዓቱን አለመጠበቁ ሳይሆን ራሱን ባለመግዛት ሰውነቱን በአግባቡ አለመያዙና መጉዳቱ ነው። አንድ ሰው በስሎ ያልተዘጋጀ ምግብ ተመግቦ የሚታመም ከሆነ ኃጢአቱ ትዕግስት ማጣቱ ወይም እንደ እውነቱ አለመመገቡ ነው።

አንድ ሰው ከጥንቃቄ ጉድለት በቢላዋ ራሱን ቢቆርጥና በሚ ያሰምም ቁስል ቢታመም ይህ የኃጢአቱ ውጤት ነው። እግዚአብ ሔርን በእውነት የሚወድድ ቢሆን ኖሮ እግዚአብሔር ሰውየውን ሁሉጊዜ ከአደጋ ይጠብቀው ነበር። ስህተትን ቢፈጽምም እንኳን መውጫውን ያዘጋጅለት ነበር። ለሚወድዱት ሁሉን ለበጎ አድርጎ ይሰራልና ሰውነት ሊቆስል አይችልም። ቁስልና አደጋ ሊከሰቱ አይ ገባም ነበር። ምክንያቱም ሰውየው በፍጥነትና ተገቢ ባልሆነ መንገድ ሰርቷል። ሁለቱም በእግዚአብሔር ፊት ትክክል አይደሉ ምና ድርጊቱን ኃጢአት ያደርገዋል።

ተመሳሳይ መርህን ለማጨስና ለመጠጣትም መጠቀም እን ችላለን። ማጨስ አእምሮን እንደሚጎዳ፣ የአየር ማስተላለፊያ ቧንቧን እንደሚያበላሽና የካንሰር መንስኤ እንደሆነ ሰው ቢያውቅ ነገር ግን ማጨስ ማቆም ባይችል እንዲሁም አልኮሆል አንጀት እንደሚጎዳና የሰውነት ክፍሎችን እንደሚያበላሽ ቢያውቅ ነገር ግን መጠጣት ማቆም ባይችል ኃጢአት ይሆንበታል። ይኸውም ራሱንና ስግብግብነቱን መግዛት አለመቻሉን፣ ለሰውነቱም ፍቅር አለመኖሩንና የእግዚአብሔርን ፈቃድ አለመከተሉን ያሳያል። እነዚህ እንዴት ኃጢአት መሆን አይችሉም?

ሁሉም በሽታዎች በኃጢአት ምክንያት እንደመጡ እርግ

ጠኛ ያልነበርን ቢሆንም እንኳን የተለያዩ ብዙ ሁኔታዎችን ከመ ረመርንና በእግዚአብሔር ቃል ከመዘንን በኋላ ግን አሁን እርግ ጠኛ መሆን እንችላለን። ከበሽታ ነጻ እንሆን ዘንድ ሁል ጊዜ ቃሉን መታዘዝና በቃሉ መኖር አለብን። በሌላ አነጋገር በእግዚአብሔር ዓይኖች ፊት ትክክል የሆነውን ካደረግን፣ ለትዕዛዛቱ ትኩረት ከሰ ጠንና ቃሉን ከጠበቅን እርሱ ከበሽታ ሁል ጊዜ ይጠብቀናል፤ ይጋር ደናልም።

በነርብና በአእምሮ መዛባት የሚፈጠሩ በሽታዎች

ጥናቶች እንደሚያሳዩት በነርብና በአእምሮ መዛባት የሚሰቃዩ ሰዎች ቁጥር በመጨመር ላይ ይገኛል። የእግዚአብሔር ቃል እን ደሚያዘን ሰዎች ትዕግስተኛ ቢሆኑና ይቅር ቢሉ፣ ቢወዱና እውነ ትን መሰረት አድርገው መረዳት ቢችሉ ከእነዚህ ዓይነት በሽዎች በቀላሉ መዳን ይችላሉ። ነገር ግን በልባቸው ክፉ ነገር ስላለ በቃሉ እንዳይኖሩ ይከለክላቸዋል። የአእምሮ ስቃይ ሌላውን የሰውነት ክፍልና በሽታ የመከላከል አቅምን ይጎዳል፣ በስተመጨረሻም ወደ ሞት ይወስዳል። በቃሉ የምንኖር ከሆነ ስሜቶቻችን በቀላሉ አይነ ሳሱም፤ ስሜታዊም አንሆንም፤ አእምሯችንም በሌላ ነገር አይነሳ ሳም።

በዙሪያችን መልካም እንጂ ክፉ የማይመስሉ ሰዎች ሲኖሩ በእ ነዚህ ዓይነት በሽታዎች ይሰቃያሉ። ተራ የሆኑ ስሜቶችን ሳይቀር ከመግለጽ ራሳቸውን ስለሚቆጠቡ ቁጣቸውንና ንዴታቸውን መግለጽ ከሚችሉ ሰዎች ይልቅ በከፋ በሽታ ይሰቃያሉ። በእው ነት ውስጥ ያለው መልካምነት እርስ በእርስ ከሚቃረኑ ስሜቶች

ግጭት የሚመነጭ ስቃይ ሳይሆን ይቅርታ በማድረግና በመ ዋደድ የሆነ የእርስ በእርስ ግንዛቤና ራስን በመግዛትና በጽናት የሚመጣ እረፍት ነው።

በተጨማሪም በማወቅ ኃጢአትን የሚያደርጉ ከሆነ በአእምሮ በሽታና ጥፋት ወደ መሰቃየት ይመጣሉ። መልካምን ከማድረግ ይልቅ በክፉው ላይ ስለወደቁ የአእምሯቸው ስቃይ በሽታን ይፈ ጥርባቸዋል። የነርቭና ሌሎች የአእምሮ መዛባቶች በራሳችን ምክ ንያት ማለትም በስንፍናችንና በክፉ መንገዳችን የሚመጡ መሆ ናቸውን ማወቅ አለብን። ይህም እውነት ሆኖ ሳለ የፍቅር አምላክ እርሱንና የእርሱን ፈውስ መቀበል የሚፈልጉትን ሁሉ ይፈውሳል፡ ፡ በተጨማሪም የሰማይን ተስፋ ይሰጣቸዋል፤ በእውነተኛ ደስታና እረፍት ይኖሩም ዘንድ ይፈቅድላቸዋል።

ከጠላታችን ከዲያቢሎስ የሚመጡ በሽታዎች በኃጢ አት ምክንያት የሚመጡ ናቸው

አንዳንድ ሰዎች በሰይጣን ተይዘዋል እንዲሁም ጠላት ዲያቢ ሎስ ባሸከማቸው በሽታዎች ይሰቃያሉ። ይህ የሆነው የእግዚአብ ሔር ፈቃድ ስለተዉና ከእውነት ርቀው ስለሄዱ ነው። ጣዖታትን በብርቱ በሚያመልኩ ቤተ ሰቦች ውስጥ ለሚኖሩ ለብዙ ሰዎች መታመም፣ አካለ ጎዶሎ መሆንና በአጋንንት መያዝ ምክንያቱ እግ ዚአብሔር ጣዖት አምልኮን ስለሚጸየፍ ነው።

በዘጸአት 20:5-6 ይህንን እናነባለን፡ “አትስገድላቸው፥ አታም ልካቸውምም በሚጠሉኝ እስከ ሦስተኛና እስከ አራተኛ ትውልድ

ድረስ የአባቶችን ኃጢአት በልጆች ላይ የማመጣ ለሚወድዱኝ፥ ትእዛዜንም ለሚጠብቁ እስከ ሺህ ትውልድ ድረስ ምሕረትን የማ ደርግ እኔ እግዚአብሔር አምላክህ ቀናተኛ አምላክ ነኝና።" እግዚ አብሔር ጣዖታትን እንዳናመልክ የሚከለክል ልዩ ትዕዛዝን ይሰጠ ናል። ከሰጠን ከአስርቱ ትዕዛዛት መጀመሪያ ላይ ካሉት ከሁለቱ ማለትም "ከእኔ በቀር ሌሎች አማልክት አይሁኑልህ።" (ቁጥር 3) እና "በላይ በሰማይ ካለው፥ በታችም በምድር ካለው፥ ከምድርም በታች በውኃ ካለው ነገር የማናቸውንም ምሳሌ፥ የተቀረጸውንም ምስል ለአንተ አታድርግ።" (ቁ. 4) እግዚአብሔር ጣዖት አምልኮን ምን ያህል እንደሚጸየፍ መናገር እንችላለን።

ወላጆች ለእግዚአብሔር ፈቃድ ባይታዘዙና ጣዖታትን ቢያመ ልኩ ልጆቻቸውም በቀላሉ ይከተሏቸዋል። ወላጆች ለእግዚአብ ሔር ቃል የማይታዘዙና ክፉ የሚያደርጉ ከሆነ ልጆቻቸውም ተከ ትለዋቸው ክፉ ያደርጋሉ። የአለመታዘዝ ኃጢአት ወደ ሶስተኛውና አራተኛው ትውልድ ሲደርስ እንደ ኃጢአታቸው ክፍያ ሰይጣን በሚያመጣባቸው በሽታዎች ልጆቻቸው ይሰቃያሉ።

ምንም እንኳን ወላጆች ጣዖታትን ያመለኩ ቢሆንም ልጆ ቻቸው ከልባቸው መልካምነት የተነሳ እግዚአብሔርን ቢያመል ኩት ፍቅሩንና ምህረቱና ያሳየቸዋል፤ ይባርካቸዋልም። ሰዎች የእ ግዚአብሔርን ፈቃድ በመተዋቸውና ከእውነት ርቀው በመሄ ዳቸው ጠላት ዲያቢሎስ ባመጣባቸው በሽታዎች አሁን ቢሰቃ ዩም እንኳን ንስሐ የሚገቡና ከኃጢአታቸው የሚመለሱ ከሆነ ፈዋሽ የሆነው እግዚአብሔር ያነጻቸዋል። አንዳንዶቹን ወዲያውኑ ሌሎቹን ደግሞ ቆይቶ ይፈውሳቸዋል። ሌሎቹንም እንደ እምነታ

ቸው እድገት መጠን ይፈውሳቸዋል። የፈውስ አሰራር እንደ እግ ዚአብሔር ፈቃድ የሚከናወን ነው። ሰዎች በአይኖቹ ፊት የማይ ወላውል ልብ ካላቸው ወዲያውኑ ይፈወሳሉ። ነገር ግን ልባቸው ብልጣ ብልጥ ከሆነ ከቆይታ በኋላ ይፈወሳሉ።

በእምነት ስንኖር ከበሽታ ነጻ እንሆናለን

ሙሴ በምድር ካሉት ሁሉ እጅግ ትሑት ሰው ስለነበረና (ዘኍ 12፡3) በእግዚአብሔርም ቤት የታመነ ስለነበር የእግዚአብሔር የታመነ አገልጋይ ተብሎ ተቆጥሯል (ዘኍ 12:7)። በተጨማሪም ሙሴ በመቶ ሃያ ዓመቱ በሞተ ጊዜ ዓይኖቹ እንዳልፈዘዙ፤ ጉል በቱም እንዳልደከሙ መጽሐፍ ቅዱስ ይነግረናል (ዘዳ 34፡7)፡ ፡ አብርሃም በእምነት የታዘዘና እግዚአብሔርን የሚፈራ ስለነበር ለመቶ ሰባ አምስት ዓመት መኖር ችሏል (ዘፍ 25:7)። ዳንኤል የሚመገበው ሁሉ አትክልት ቢሆንም ጤነኛ ነበር (ዳን 1:12-16)። መጥምቁ ዮሐንስ ይመገብ የነበረው አንበጣና የበረሃ ማር ቢሆንም እንኳን ጠንካራ ነበር (ማቴ 3፡4)።

ሰዎች ሥጋ ሳይመገቡ ጤነኛ መሆን እንዴት እንደሚችሉ ልን ገረም እንችላለን። ነገር ግን እግዚአብሔር ሰውን በፈጠረ ጊዜ አት ክልት ብቻ እንዲመገብ ነግሮት ነበር። በዘፍጥረት 2:16-17 እግዚ አብሔር ሰውን “ከገነት ዛፍ ሁሉ ትበላለህ ነገር ግን መልካምንና ክፉን ከሚያስታውቀው ዛፍ አትብላ ከእርሱ በበላህ ቀን ሞትን ትሞታለህና።” ብሎ አዘዘው። ከአዳም አለመታዘዝም በኋላ የም ድርን ቡቃያ እንዲመገብ ታዟል (ዘፍ 3፡18)። ኃጢአት በዓለም እየ ቀጠለ ሲመጣ፤ ከጥፋት ውሃ ፍርድ በኋላ ግን በዘፍ 9፡3 ላይ እግ

ዚአብሔር ለኖኅ "ሕይወት ያለው ተንቀሳቃሽ ሁሉ መብል ይሁ ናችሁ ሁሉን እንደ ለመለመ ቡቃያ ሰጠኋችሁ" አለው። ሰውም ከጊዜ በኋላ ክፉ እየሆነ ሲመጣ ሥጋ ይመገቡ ዘንድ እግዚአብሔር ፈቀደላቸው። ነገር ግን "ርኩስን" ነገር ይበሉ ዘንድ አልተፈቀደም (ዘሌ 11፣ ዘዳ 14)።

በአዲስ ኪዳን በሐዋርያት ሥራ 15:29 እግዚአብሔር እንዲህ ይለናል፡ "ለጣዖት ከተሠዋ፥ ከደምም፥ ከታነቀም፥ ከዝሙትም ትርቁ ዘንድ ከዚህ ከሚያስፈልገው በቀር ሌላ ሸክም እንዳንጫን ባችሁ እኛና መንፈስ ቅዱስ ፈቅደናልና፤ ከዚህም ሁሉ ራሳችሁን ብትጠብቁ በመልካም ትኖራላችሁ።" ለጤናችን ተስማሚ የሆነ ምግብ እንድንመገብ ፈቅዶልናል፤ የሚጎዳንንም ከመመገብ እን ድንቆጠብ ይመክረናል። እግዚአብሔር የማይደሰትበትን ምንም ዓይነት ምግብ አለመመገብና አለመጠጣት እጅግ ይጠቅመናል፡ ፡ የእግዚአብሔርን ፈቃድ የምንከተልና በእምነት የምንኖር ከሆነ ሰውነታችን ጠንካራ ይሆናል፤ በሽታም ይለቀናል፤ ሌላም ሕመም አይዘንም።

በተጨማሪም ከእምነት ጋር በጽድቅ የምንኖር ከሆነ በበሽታ አንታመምም፤ ምክንያቱም ከሁለት ሺ ዓመት በፊት ኢየሱስ ክር ስቶስ ወደዚህ ዓለም በመምጣ ከባዱ የነበረውን ሸክማችንን ተሸ ክሞልናል። ኢየሱስ ደሙን በማፍሰስ ከኃጢአታችን እንደተቤዠ ንና በመተቀበለው መከራና ሕመማችንን በመውሰዱ (ማቴ 8፡ 17) እንደ ተፈወስን እንዲሁ እንደ እምነታችን ይሆንልናል (ኢሳ 53:5-6፣ 1ኛ ጴጥ 2:24)።

እግዚአብሔርን ከማግኘታችን በፊት እምነት አልነበረንም። የኃ ጢአተኛ ተፈጥሯችንን ምኞት እየተከተልን እንኖርና በኃጢአታች ንም ምክንያት በልዩ ልዩ በሽታዎች እንሰቃይ ነበር። በእምነት ስን ኖርና ሁሉን ነገር በጽድቅ ስናደርግ በጤንነት እንባረካለን።

አእምሮ ጤነኛ እንደሆነ ሰውነትም ጤነኛ ይሆናል። በጽድቅ ስን ኖርና እንደ ቃሉ ስናደርግ ሰውነታችን በመንፈስ ቅዱስ ይሞላል። በሽታ ይለቀናል፤ ሰውነታችንም ጤንነትን ሲያገኝ ምንም ዓይነት በሽታ አያገኘንም። ሰውነታችን ሠላም ስለሚያገኝ፣ ስለሚቀለው፣ ደስተኛና ጤነኛ ስለሚሆን ምንም የሚጎድለን ነገር አይኖርም፤ ነገር ግን ጤንነትን ስለሰጠን እግዚአብሔርን የምናመሰግን እንሆ ናለን።

መንፈሳችሁ ደህና እንደሆነ በጽድቅና በእምነት ስትኖሩ፤በ ከበ ሽታና ከሕመም ሁሉ የተፈወሳችረሁ አን ጤናማ ሁኔ! ቃሉን ስት ኖሩት እና ስትታዘዙት የእግዚአብሔርን ብዙ ፍቅር እንድትቀበሉ በጌታችን ስም ጸለይኩ!

ምዕራፍ 4

በመገረፉ ቁስል ተፈወስን

ኢሳያስ 53:4-5

በእውነት ደዌያችንን ተቀበለ ሕመማችንንም ተሸክሞአል፤ እኛ ግን እንደ ተመታ በእግዚአብሔርም እንደ ተቀሠፈ እንደ ተቸገረም ቈጠርነው።እርሱ ግን ስለ መተላለፋችን ቈሰለ፥ ስለ በደላችንም ደቀቀ፤ የደኅንነታችንም ተግሣጽ በእርሱ ላይ ነበረ፥ በእርሱም ቍስል እኛ ተፈወስን።

የእግዚአብሄር ልጅ ኢየሱስ ሁሉንም በሽታ ፈወሰ

ሰዎች የራሳቸውን የህይወት ጎዳና ሲመሩ ብዙ አይነት ችግሮችን ይጋፈጣሉ። ልክ ሁልግዜ ባህር ሰላማዊ እንደማይሆን ሁሉ፣ በህይወት ባህር ላይ ብዙ ችግሮች ከቤት፣ከስራ፣ ከንግድ ቦታ፣ከበሽታ፣ከሃብት እና ከመሳሰሉት ይመነጫሉ። ከእነዚህ የህይወት ችግሮች መሃል በጣም ከባዱ በሽታ ነው ብንል ማጋነን አይሆንም፡ ፡

አንድ ሰው የቱንም ያህል ሃብት እና እውቀት ቢኖረውም፤ ከባድ በሆነ በሽታ ከተመታ በህይወት ዘመኑ ሁሉ የደከመበት ሁሉም ነገር ይተናል። በአንድ በኩል ደግሞ፤ቁሳዊ ስልጣኔ ሲያድግ እና ሃብት ሲጨምር፤የሰው የጤና ፍላጎቱ የዛውን ያህል ይጨምራል፤ በሌላ በኩል ደግሞ ሳይንስ እና ህክምና የቱንም ያህል ቢመጠቁም ታይተው የማይታወቁ በሽታ አይነቶች በየግዜው እየተገኙ የሰውን እውቀት መና ሲያደርጉ እንመለከታለን፡፡ ቢሆንም ግን ከመቼውም ግዜ ይልቅ በዚህ ዘመን ለጤና የሚሰጠው ትኩረት እጅግ የለቀ ነው።

ስቃይ፣በሽታ እና ሞት-ከሃጥያት የመነጬ ናቸው የሰው ልጅን ውስንነት ያመላክታሉ። በብሉይ ኪዳን እንዳደረገው ሁሉ ፈዋሹ እግዚአብሄር በዚህም ዘመን በእርሱ የሚያምኑ ሰዎች ከሁሉም በሽታ የሚድኑበትን መንገድ አቅርቦልናል እርሱም በኢየሱስ ክርስቶስ ያላቸው እምነት ነው። እስቲ መጽሃፍ ቅዱስን በመመርመር ለምን ለበሽታ ችግር መፍትሄ እንደምንቀበል እና በክርስቶስ ባለን እምነት ጤናማ ህይወትን እንደምንመራ እንመልከት።

ኢየሱስ ደቀመዛሙርቱን "እኔን ማን ትሉኛላችሁ" ብሎ ሲጠይቃቸው ጴጥሮስ እንዲህ ሲል መለሰ "አንተ የህያው እግዚአብሄር ልጅ ነህ"(ማቴዎስ 16፡15-16)። ይህ መልስ በጣም ቀላል ይመስላል ነገር ግን ቁልጭ አድርጎ ኢየሱስ ክርስቶስ መሆኑን የሚያሳይ ነው።

ኢየሱስ በምድር ላይ በተመላለሰበት ወቅት ብዙ ህዝብ ይከተለው ነበር፤ምክንያቱም ታመው የነበሩትን ወዲያው ስለፈወሳቸው። ከነዚህም ውስጥ በአጋንንት የተያዙ፣የሚጥል በሽታ የነበረባቸው፣ሽባዎች እና በሌሎች በሽታዎች የሚሰቃዩ የነበሩ። ለምጻሞች፣ንዳድ የነበረባቸው ሰዎች፣መራመድ የማይችሉ ሰዎች፣ አይነ-ስውሮች እና ሌሎችም ኢየሱስ በዳሰሳቸው ግዜ ሲፈወሱ ኢየሱሱን መከተል ጀመሩ። ይህን መመልከት በራሱ ምንኛ ድንቅ ነገር ነው? እነዚህን ተዓምራቶች እና ድንቆች ሰዎች በመመልከት ሰዎች ኢየሱስን ያምኑ እና ይቀበሉ ነበር፤ ለህይወት ችግሮች መፍትሄን ይቀበሉ ነበር፣ የታመሙት የፈውሰን ስራ አዩ።በተጨማሪም፣ በኢየሱስ በምድር በተመላለሰበት ግዜ እንደፈወሰ ሁሉ፣ ማንም ወደ ክርስቶስ ቢመጣ ፈውስን ይቀበላል።

ማንሚን ቤተክርስቲያናችን እንደተመሰረተች አካባቢ መራመድ የማይችል ሊባል የሚችል ሰው የአርብ አዳር የአምልኮ ፕሮግራምን ተካፈለ። ይህ ሰው የመኪና አደጋ አጋጥሞት በሆስፒታል ለረጅም ግዜ ቴራፒ ተከታሏል። ሆኖም ግን በጉልበቱ ላይ ያለው ቋንጃ ስለረዘመ ጉልበቱን መጠፍ አይችልም ሎሚው ስለማይንቀሳቀስ፤ከዚህ የተነሰ መራመድ ሙሉ በሙሉ ተሳነው። የተሰበከውን ቃል ከሰማ በኋላ፤ ኢየሱስ ክርስቶስን መቀበል

እና መፈወስ ተመኘ። ከልቤ ለዚህ ሰው ስጸልይ፤ወዲያውኑ ተነቶ መራመድ እና መሮጥ ጀመረ። ልክ ውብ ተብላ በምትጠራው መቅደስ በር ላይ እንደነበረው ሽባ ሰው ጴጥሮስ ሲጸልየለት እንደዘለለ(የሃ. ስራ 3፡1-10) ተዓምራዊ የሆነ የእግዚአብሄር ስራ ተገለጠ።

ይህ ማንም ሰው በኢየሱስ ክርስቶስ ቢያምን እና በእርሱ ስም ይቅርታን ቢቀበል ከሁሉም በሽታው ይፈወሳ፤ ሰውነቱ ይታደሳል ይጠገናል-ምንም እንኳን በህክምና ሳይንስ ሊድን የማይችል ነገር ቢሆን እንኳን።እግዚአብሄር ትናንት ዛሬ እና ለዘለዓለም ያው ነው (ዕብራውያን 13፡8) በቃሉ በሚያምኑ እና ባላቸው የእምነት መጠን ልክ ለሚፈልጉት ይሰራል፣ብዙ በሽታዎችን ይፈውሳል፣ የአይነስውሩን አይን ያበራል፣ሽባው ይዘላል።

ኢየሱስ ክርስቶስን የተቀበለ፣ ሁሉም ሃጥያቱ ተደምስሶለታል የእግዚአብሄር ልጅም ሆኗል አሁን ህይወትን በነጻነት ነው መኖር ያለበት።

እስቲ ለምን እያንዳንዳችን በኢየሱስ ባመንን ግዜ ለምን ጤናማ ህይወትን እንደምንኖር በዝርዝር እንመልከት።

ኢየሱስ ተገረፈ ደሙንም አፈሰሰ

ከመሰቀሉ በፊት ኢየሱስ በሮማውያን ወታደሮች ተገረፈ በጲላጦስ ሸንጎ ላይ ደሙን አፈሰሰ:: በዛን ግዜ የነበሩት የሮም ወታደሮች በጠንካራ ጤንነት ላይ የነበሩ፣ጠንካሮች እና በደንብ የሰለጠኑ ነበሩ። የሆነ ሆኖ በዛን ዘመን አለምን ለሚያስተዳድር ስርዓት ወታደሮች ነበሩ። እነዚህ ሃይለኛ የሆኑ ወታደሮች ኢየሱስን ሲገርፉት ይሰማው የነበረ አሰቃቂ ህመም በቃላት የሚገለጽ ነገር አይ

ደለም። በእያንዳንዱ ግርፋት፤ጅራፉ በኢየሱስ ሰውነት ላይ ይጠ መጠምና ከሰውነቱ ላይ ስጋ በጭቆ ስለሚነሳ ደሙ ይንጠባጠብ ነበር።

ለምንድን ነው ሃጥያት፣ነቀፋ እና ስህተት ያልነበረበት የእግዚ አብሄር ልጅ ኢየሱስ በጭካኔ ደሙ እስከፈስ ድረስ የተገረፈው? በዚህ ክስተት ውስጥ ጥልቅ የሆነ መንፈሳዊ ትርጉም እና አስደናቂ የእግዚአብሄር መግቦት አለ።

1ኛጴጥሮስ2፡24 በኢየሱስ ቁስል መፈወሳችንን ይነግረናል። በኢሳያስ53፡5 ላይ በመገረፉ መፈወሳችንን ይነግረናል። ከሁለት ሺህ አመታት የእግዚአብሄር ልጅ ኢየሱስ ክርስቶስ ከበሽታ ስቃይ ይታደገን ዘንድ ተገረፈ እና ደሙንም ያፈሰሰው በእግዚአብሄር ቃል መሰረት ስላልኖርን ለፈጸምነው ሃጥያት ነው። በተገረፈው እና በደማው ኢየሱስ ስናምን፣ከበሽታ ነጻ ወጥተን እንፈወሳለን። ይህ የእግዚአብሄር አስደናቂ ፍቅር እና ጥበብ ማሳያ ነው።

ስለዚህ የእግዚአብሄር ልጅ ሆናችሁ በሽታ የምትሰቃዩ ከሆነ ንስሃ ገብታችሁ መፈወሳችሁን እመኑ። `እምነትም ተስፋ ስለም ናደርገው ነገር የሚያስረግጥ፥ የማናየውንም ነገር የሚያስረዳ ነው። (ዕብራውያን 11:1)ስለሚል። ምንም እንኳን በሰውነታችሁ ህመም ቢሰማችሁ እንኳን በእምነት እንዲህ ማለት ትችላላችሁ "ተፈውሻለሁ" በእርግጥም በፍጥነት ትፈወሳላችሁ።

በትምህርት ቤት በነበርኩ ግዜ፣የጎን አጥንቴ ላይ ጉዳት አደርሼ ነበር እና ከግዜ ወደ ግዜ ሲመላለስ የመተንፈስ ችግር አጋጠመኝ፡ ፡ ኢየሱስ ክርስቶስን ከተቀበልኩ ከአመት ወይም ከሁለት አመት በኋላ፣ ከባድ እቃ ለማንሳት ስሞክር ህመሙ ይነሳ እና ሌላ

እርምጃ መውሰድ አልችልም ነበር። ቢሆንም ግን በሁሉ ቻዩ እግዚ አብሄር ሃይል ስለመንኩ እና ልምምዶች ስለነበሩኝ ከልቤ መጸለይ ጀመርኩ " ከጸለይኩ በኋላ ስራመድ፣ ህመሙ እንደሚጠፋ አም ናለሁ እናም እራመዳለሁ" እናም በሁሉን ቻዩ እግዚአብሄር ሳምን እና የህመምን ስሜት ሳጠፋ፣መቆም እና መራመድ እችል ነበር። ልክ ህመሙ በምናቤ እንዳለ ያህል።

ኢየሱስ በማርቆስ 11:24 ላይ እንዳለው "ስለዚህ እላችኋለሁ፥ የጸለያችሁትን የለመናችሁትንም ሁሉ እንዳገኛችሁት እመኑ፥ ይሆ ንላችሁማል።," እንደተፈወስን ብናምን እንደ እምነታችን ፈውስን እንቀበላለን። ሆኖም ግን ካለው ህመም የተነሳ እንዳልተፈውስን ካመንን በሽታው አይፈወስም። በሌላ አባባል፤ የአስተሳሰባችንን መዋቅር ሰንሰብር ሁሉም ነገር እንደ እምነታችን ይሆናል።

ለዚህ ነው እግዚአብሄር ሃጥያትን የሚደርግ አይምሮ ከእግዚ አብሄር ጠላት መሆኑን የሚነግረን(ሮሜ 8፡7) ለዚህ ነው ሃሳብን ሁሉ ለእግዚአብሄር እንማርክ ዘንድ የሚያበረታታን(2ኛ ቆሮንጦስ 10፡5) በተጨማሪም፣ በማጤዎስ 8፡17 ላይ ኢየሱስ ደዌያችን እና ህማማችንን እንደተሸከመ ይነግረናል። `ደካማ ነኝ' ብላችሁ የም ታስቡ ከሆነ በድካም ውስጥ ነው የምትቆዩት። ሆኖም ግን ህይ ወታችሁ የቱንም ያህል አስቸጋሪ እና አድካሚ ቢሆንም አንደበታ ችሁ " የእግዚአብሄር ሃይል እና ጸጋ በእኔ ስላላ እና የእግዚአብሄር ጸጋ ስለሚጋዛኝ፣ አልታክትም" የሚል ከሆን ድካም ይደበዝዝና ሃይል ያለው ጠንካራ ሰው ሆናችሁ ትለወጣላችሁ።

ደዌያችንን በወሰደው እና ህመማችንን በተሸከመው በኢየሱስ

ክርስቶስ የምናምን ከሆነ በበሽታ የምንሰቃይበት ምንም ምክን ያት እንደሌለ ማስታወስ ይኖርብናል፡፡

ኢየሱስ እምነታቸውን ሲመለከት

በኢየሱስ ቁስል መፈወሳችንን ካወቅን አሁን የሚያስፈልገን ይህን የምናምንበት እምነት ነው፡፡ በዚህ ግዜ በኢየሱስ ክርስቶስ ያማያምኑ ሰዎች ከበሽታቸው ጋር ወደ እርሱ ይመጣሉ፡፡ አንድ አንስ ሰዎች ኢየሱስ ክርስቶስን ከተቀበሉ ትንሽ ቆይተው ሲፈወሱ ሌሎች ደግሞ ለወራት ጸልየው እንኳን ምንም አይነት ለውጥ አያ ሳዩም፡፡ እንደዚህ አይነት ሰዎች ተምልሰው እምነታቸውን መፈተሽ አለባቸው፡፡

በማርቆስ 2፡1-12 ላይ ሽባ የነበረው ሰው እና አራቱ ጓደኞቹ ያሳዩትን እምነት እንዴት አድርጎ የጌታን የፈውስ እጅ በማግኘት ከበሽታ እንዴት ነጻ ይሆን ዘንድ እንዳረጉ ያስገነዝበናል፡፡

ኢየሱስ ቅፍርናሆምን በጎበኘ ግዜ፣ የመምጣቱ ዜና በፍጥነት ተሰራጭቶ እጅግ ብዙ ህዝብ ተሰባሰበ፡፡ ኢየሱስ እውነት የሆነውን የእግዚአብሄርን ቃል ሰበከላቸው፤ ህዝቡም በጥሞና አደመጡት፡ ፡ አራት ሰዎች ሽባ የሆነ ሰውን ከነመተኛው ይዘው መጡ ነገር ግን ወደ ኢየሱስ ለማቅረብ አልቻሉም፡፡

ሆኖም ግን ተስፋ አልቆረጡም፡፡ ይልቁንስ ኢየሱሱ በዳለበት ቤት ጣሪያ ላይ በመውጣት፣ ጣሪያውን ነደሉ፣ በዛ በኩል ሽባውን ሰው ከነአልጋው አወረዱት፡፡ ኢየሱስ እምነታቸውን በተመለከተ ግዜ፣ ለሽባው ሰው "ልጄ ሆይ ሃጥያትህ ተሰረየችልህ ..ተነሳ እና አልጋህን ተሸክመህ ሂድ" አለው፡፡ ሽባውም ሰው አጥብቆ ሲፈልግ የነበረውን ፈውስ ተቀበለ፡፡ ተነስቶ አልጋውን ተሸክሞ ሲሄድ ያዩት

ሰዎች ተገርመው ለእግዚአብሄር ክብርን ሰጡ።

ሽባ የነበረው ሰው በዚህ በሽታ በጣም ይሰቃይ እና መንቀሳ ቀስ አይችልም ነበር። ይህ ሽባ ሰው የኢየሱስን ዜና የአይነስውራ ንን ሲያበራ፣ ሽባዎች እንደዘለሉ፣ለምጻሞች እንደተፈወሱ፣ አጋ ንንቶች እንደወጡ፣ ብዙዎችም ከበሽታ እንደዳኑ በሰማ ግዜ ኢየ ሱስን ለማግኘት ብርቱ መሻት አደረበት የት እንደሚያገኘውም አወቀ።

እናም አንድ ቀን ይህ ሽባ ሰው ኢየሱስ ወደ ቅፍርናሆም እን ደመጣ ሰማ። ይህን ዜና በሰማ ግዜ ምን ያህል ደስተኛ እንደነበረ መገመት ትችላላችሁን? ሊረዱት የሚችሉትን ጓደኞችን ሳይፈልግ አልቀረም፣ጠሩ ነገሩ ደግሞ እነሱም እምነት የነበራቸው ስለነበሩ የጓደኛቸውን ጥያቄ ሳያቅማሙ ተቀበሉ። የሽባው ሰው ጓደኞችም ስለኢየሱስ ዜናን ሰምተው ስለነበረ ጓደኛቸው ወደ ኢየስስ እንዲ ወስዱት በጠየቃቸው ጊዜ ተስማሙ።

የሽባው ሰው ጓደኞች ጥያቄውን ችላ ብለው "እንዴት በእን ደዚህ አይነት ነገር በራስህ ሳታይ ታምናለህ?" ብለው ቢያጣጥ ሉት ኖሮ እርሱን ለመርዳት ይሄን ሁሉ ችግር ውስጥ ባልገቡ ነበር፡ ፡ ሆኖም ግን እምነት ስላላቸው እያንዳንዳቸው የአልጋው ጠርዝ በመያዝ የቤቱን ጣሪያ የመንደል ሃላፊነትን ወሰዱ።

አስቸጋሪ ጉዞን ካደረጉ በኋላ የሰው ብዛት ወደ ኢየሱስ ሊያስጠ ጋቸው እንደማይችል ሲረዱ ምንኛ ልባቸው አዝኖ ይሆን? ማለፊያ ክፈተትን ለማግኘት ለምነው ይሆናል ነገር ግን እጅግ ብዙ ህዝብ

ስለተሰበሰበ ማለፊያ በጭራሽ አልተገኘም፣ ተስፋ እየቆረጡ ነበር፡ ፡ በኋላ ላይ ግን ወደ ቤቱ ጣሪያ ላይ በመውጣት ነድለው ጓደኞቸ ውን በኢየሱስ አንጻር አወረዱት። ሽባው ሰው ከተሰሰቡት ሰዎች በተሻለ ለኢየሱስ ቅርብ ሆነ። በዚህ ታሪክ የምንማረው ነገር ይህ ሽባ ሰው እና ጓደኞቹ ምን ያህል ወደ ኢየሱስ ለመቅረብ እንደፈ ለጉ ነው።

አንድ ልብ ልንል የሚገባ ጉዳይ ይህ ሽባ ሰው እና ጓደኞቹ በቀላሉ ወደ ኢየሱስ እንዳልቀረቡ ነው። የእርሱን ዝና ከሰሙ በኋላ በዛ ችግር ሁሉ ማለፋቸው ስለሱ በሰሙት ዜና እና ባስተ ማረው ትምህርት ማመናቸውን ይነግረናል። በተጨማሪም ግልጽ የሆኑ ችግሮችን ማሸነፋቸው፣ ጽናታቸው እና በሃይል ወደ ኢየሱስ መሄዳቸው ይህ ሽባ ሰው እና ጓደኞቹ ምን ያህል በእርሱ ዘንድ ለመገኘት ትሁት መሆናቸውን ያሳያል።

ሰዎች ይህ ሽባ ሰው እና ጓደኞቹ ጣሪያ ላይ ወጥተው ጣሪያ ውን ሲከፍቱ ሲመለከቱ ህዝቡ ጮሆባቸው ወይም ተቆጥቷቸው ሊሆን ይችላል። እርግጥ ነው ፈጽመን ያልጠበቅነው ነገር ተከስ ቷል። ነገር ግን ለነዘህ አምስት ሰዎች ምንም ሆነ ማንም መንገዳ ቸውን ሊገታ አይችልም። አንዴ ኢየሱስን ካገኙ በኋላ ሽባው ሰው ይፈወሳል እና በጣራው ላይ ላደረሱት ጉዳት ካሳ ለመክፍል ዝግጁ ናቸው።

በዚህ ዘመን በከባድ በሽታ ከሚሰቃዩት መካከል ታማሚውም ሆነ ቤተሰቦች እምነት ይዘው ማግኘት ከባድ ነው። ወደ ኢየሱስ በሃይል ከመጠጋት ይልቅ “በጣም አሞኛል፣ መሄድ እፈልጋለሁ ነገር ግን አልችልም” ለማለት ይፈጥናሉ። ወይም “እገሊት በጣም

ደክማለች መንቀሳቀስ አትችልም"። እንደዚህ አይነት ንቁ ያልሆኑ ሰዎችን ማየት ልብን ያዝላል እንደዚህ አይነት ሰዎች ፍሬ ከዛፍ ላይ ወርዶ ወደ አቻፈው ይመጣ ዘንድ የሚጠብቁ አይነት ናቸው፡ ፡ እንደነዚህ አይነት ሰዎች በሌላ አባባል እምነት አልባ ናቸው።

ሰዎች በእግዚአብሄር አምናለሁ ካሉ እምነታቸው መግለጽ ይኖርባቸዋል። አንድ ሰው በእውቀት ክምችት ብቻ የእግዚአብሄርን ስራ መለማመድ አይችልም፣በእምነት ሊለማመድ የሚችለው እምነቱን በተግባር ሲያሳይ ብቻ ነው እምነቱ ህያው እምነት የሚ ሆነው እና ከእግዚአብሄር የተሰጠ እምነት የሚገነባበት እምነት የሚሆንለት። ስለዚህ ልክ ይህ ሽባ የነበረው ሰው የእግዚአብሄርነ የፈውስ ስራ በእመምነቱ መሰረት እንደተቀበለ እኛም ጥበበኛ ሆነ የእምነታችን መሰረት እምነትን በማሳየት ከእግዚአብሄር የተሰጠ መንፈሳዊ እምነት ተቀብለን ተዓምራትን የተለማመደ ህይወት መምራት ይኖርብናል።

ሃጥያትህ ተሰረየ

በአራቱ ጓደኞቹ እገዛ ወደ ኢየሱስ ለመጣው ሽባ ሰው ኢየሱሱ "ልጄ ሆይ ሃጥያትህ ተሰረየ" ብሎ የሃጥያትን ችግር ቀረፈ።ምክንያቱም አንድ ሰው በእርሱ እና በእግዚአብሄር መካከል የሃጥያት ግድግዳ ሲኖር መልስን መቀበል አይችልምና። ኢየሱስ ወደ እርሱ የእምነት መሰረት ይዞ የመጣውን ሽባ ሰው የሃጥያትን ችግር አስ ቀድሞ ፈታለት።

በእውነት በእግዚአብሄር እንደምናምን በእውነት የምናሳይ

ከሆነ በምን አይነት አመለካከት ወደ እርሱ መምጣት እንዳለብን እና እንዴት መመላለስ እንዳለብን መጽሃፍ ቅዱስ ይነግረናል። “አድርግ”፣ “ አታድርግ” “ጠብቅ” ፣ “አስወግድ” እና የመሰሰሉትን በመታዘዝ ጻድቅ ያልነበረው ሰው ጻድቅ ሰው መሆን ይችላል፤ው ሸትን ይናገር የነበረ ሰው ሃቀኛ እና ታማኝ ሰው ይሆና። የእውነትን ቃል ስንታዘዝ፣በጌታችን ደም ሃጥያታችን ይታጠባ፤ እና ይቅርታን ስናገኝ የእግዚአብሄር ጥበቃ እና መልስ ከላይ ይመጣልናል።

ሁሉም በሽታዎች ከሃጥያት የሚመነጩ ሲሆን፣ አንዴ የሃጥ ያት ችግር መፍትሄ ሲያገኝ፤የእግዚአብሄርን ስራ የሚገለጥበት ሁኔታ ይመቻቻል ማለት ነው። አምፖል እና ማሽን የኤሌትሪክ ሃይል አኖድ ሲገባ እና ካቶድ ሲወጣ እንደሚሰራ ሁሉ፤እግዚአብ ሄር የአንድን ሰው የእምነት መሰረት ባዬ ግዜ ይቅርታን ያውጃል እና እምነትን ከላይ ይሰጠውና ተዓምራት ይሆንለታል።

በማርቆስ 2፡11 ላይ ኢየሱስ “አንተን እልሃለሁ፥ ተነሣ፥ አልጋ ህን ተሸከምና ወደ ቤትህ ሂድ” አለ። ምንኛ ልብን ደስ የሚያሰኝ ንግግር ነው? የሽባውን እና የአራቱን ጓደኞችን እምነት ከተመለ ከተ በኋላ፣ ኢየሱስ የሃጥያትን ችግር እልባት ሰጠው ሽባውም ሰው ወዲው መራመድ ቻለ። ከብዙ ዘመን ምኞቱ ጋር ተገናኘ ሙሉ ሰው ሆነ። በተመሳሳይ ሁኔታ፤ለበሽታ ብቻም አይደለም ለሚኖሩብን ሌሎች ችግሮች ማስታወስ ያለብን አስቀድምን ይቅ ርታን ልናገኝ እና ልባችንን ማንጻት ይገባናል።

ሰዎች ትንሽ እምነት ሲኖራቸው ላለባቸው ህመም በህክምና እና በሃኪሞች ላይ ተደግፈው መፍትሄ ይሹ ይሆናል ነገር ግን እምነታቸው ሲያድግ እግዚአብሄርን ሲወዱ እና በቃሉ ሲኖሩ፣

በሽታ አይከቡባቸውም። ቢያማቸው እንኳን ራሳቸውን ሲፈትሹ፣ ከልባቸው ንስሃ ገከቡ እና ከሃጥያት መንገዳቸው ከተመለሱ፣ ወዲያውኑ ፈውስን ይቀበላሉ። እርግጠኛ ነኝ አብዛኞቻችሁ ይህ ልምምድ እንዳላችሁ።

ከትንሽ ግዜ በፊት በቤተክርስቲያኔ ያለ አንድ ሽማግሌ የዲስክ መንሸራተት እንዳለበት ተነገረው ወዲያውኑ መንቀሳቀስ አልቻ ለም።ህይወቱን መለስ ብሎ ቃኘ፣ንስሃ ገባ ጸለይኩለት። በዛው ቅጽበት የእግዚአብሄር የፈውስ ስራ ተገለጠ ደህና ሆነ።

በፐርክሲያ ሴት ልጇ ስትሰቃይባት እናትየው የእርሷ ቁጡ መሆን የልጇ ስቃይ ምንጭ መሆኑን ተረዳች፣ንስሃ ስትገባ ልጇ ደህና ሆነች።

በአዳም አለመታዘዝ ምክንያት ወደ ጥፋት ጎዳና እሄዱ የነበ ሩትን ለማዳን እግዚአብሄር ኢየሱስን ወደ ዚህ አለም ላከው በኛ ምትክ በእንጨት መስቀል ላይ ተሰቀለ ተረገመ። ይህ የሆነው "ደምም ሳይፈስ ስርየት የለም"(ዕብራውያን 9፡22) እና "በእንጨት የሚሰቀል ሁሉ የተረገመ ነው" (ገላቲያ 3፡13)ስለሚል ነው።

አሁን የሃጥያት ችግር ከሃጥያት እንደ ሚመነጭ ስላወቅን፤ሁ ላችንም ሃጥያታችንን ልንናዘዝ ይገባል እና ከሁሉም በሽታ በተቤ ዠን በኢየሱስ ክርስቶስ ልናምን ይገባል።በዚህም እምነት ጤነኛ ህይወት ልንመራ የተገባን ነን። በዚህ ዘመን ብዙ ወንድሞች ፈውስን አየተው ለእግዚአብሄር ሃይል እየመሰከሩ የህያው እግዚአ ብሄር ምስክር ሆነዋል። ይህ የሚያሳየን በኢየሱስ ክርስቶስ ያመነ እና በስሙ የሚጠይቅ ሁሉም የበሽታ ችግሮች ምላሽ ያገኛሉ። አንድ ሰው የቱንም ያህል ቤታመም በልቡ በቆሰለው እና ደሙን

ባፈሰሰው በኢየሱስ ክርስቶስ ሲያምን አስደናቂ የሆነ የእግዚአብ ሄር የፈውስ ስራ ይገለጣል።

በተግባር የተፈጸመ እምነት

ሽባ የነበረው ሰው በአራቱ ጓደኞቹ አማካኝነት እምነታቸ ውን ካሳዩ በኋላ ፈውስን እንደተቀበለ እኛም የልባችንን መሻት መቀበል ከፈለግን ለእግዚአብሄር በስራ የታጀበ እምነት ልናሳይ ይገባል ይህን ስናደርግ የእምነት መሰረትን እናኖራለን። አንባብያን "እምነት" ምን እንደሆነ ይረዱ ዘንድ አጠር ያለ ማብራሪያ ላክል።

በክርስቶስ ባለን ኑሮ "እምነት" በሁለት ከፍለን ማየት እንችላ ለን። "የስጋ እምነት" ወይም " እምነት እንደ እውቀት" ይህ የሚያ ሳየው አንድ ሰው ከተጨባጭ ማስረጃዎች የተነሳ እና ቃሉ ካለው እውቀት ጋር እና ሃሳብ ስለተስማማ የሚኖረው እምነትን ነው። በአንጻሩ ደግሞ " መንፈሳዊ እምነት" አንድ ሰው ምንም እንኳን ባያይ ወይም ቃለ ከእርሱ እውቀት እና ሃሳብ ጋር ባይስማማም የሚያምነው እምነት ነው።

"የስጋ እምነት" ስንል አንድ ሰው የሚታየው ነገር ከማይታይ ነገር የተፈጠረ ነው ብሎ ሲያምን ነው። በ"መንፈሳዊ እምነት" ግን አንድ ሰው የራሱን እውቀት እና ሃሳብ ከጨመረበት አያገኘ ውም፤ነገር ግን የሚታየው ከማይታየው ተፈጥሯል ብሎ ማመን ነው። እንዲህ አይነት እምነት የራስን እውቀት እና ሃሳብ መሻርን ይፈልጋል።

ከውልደት አንስቶ ለመቆጠር የማይቻል የእውቀት መጠን በሰው አንጎል ውስጥ ይከማቻል። ሰው የሚያየው የሚሰማው ሁሉ ይመዘገባል። በቤት በትምህርት ቤት የሚማራቸው ሁሉ

ይመዘገባሉ፡፡በተለያዩ ሁኔታዎች እና አካባቢዎች የተማራቸው ሁሉ የሚከማቹ ይሆናሉ፡፡ ሆኖም ግን ሁሉም የተከማቸው እውቀት ሁሉ እውነት ስላላይደለ፤ ከእግዚአብሄር ቃል ጋር የሚጣረስ ከሆነ አንድ ሰው ማስወገድ ይኖርበታል። ለምሳሌ ያህል በት ምህርት ቤት ህይወት ያለው ነገር ከአንድ ሴል ወደ ብዙ ህዋስ አካል የተለወጠ ነው ብሎ ሊማር ይችላል፤ ነገር ግን በመጽሃፍ ቅዱስ ሁሉም ህይወት ያላቸው ነገሮች እንደ አይነታቸው በእግዚአ ብሄር እንደ ተፈጠሩ ይረዳል። ምንድን ነው ማድረግ ያለበት? የዘ ግምታዊ ለውጥ ንድፈ ሃሳብ በሳይንስ እንኳን ሳይቀር የተፋለሰ መሆኑ በተደጋጋሚ ተጋልጧል። በሰው ልጅ አምክኗዊ አስተሳሰብ እንኳን እንዴት ነው ጦጣ ወደ ሰው የሚለወጠው እና እንቁራሪት ወደ ወፍ ከተወሰነ ሚሊዮን አመታት በኋላ የሚለወጠው? ሎጂክ እንኳን ወደ ተፍጥሮ ነው የሚያደላው።

በተመሳሳይ መልኩ ጥርጣሬዎቻችን ሲወገዱ እና በእምነት አለት ላይ ስንቆም "የስጋ እምነት" ወደ "መንፈሳዊ እምነት" ይለ ወጣል። በተጨማሪም በእግዚአብሄር እምነት አለን የምትሉ ከሆነ በእውቀት መልክ ያስቀመጣችሁት ቃል በተግባር ማሳየት አለባ ችሁ። በእግዚአብሄር አምናለሁ የምትሉ ከሆን እራሳችሁን እንደ ብርሃን የጌታን ቀን በመቀደስ፣ባልንጀራችሁን በመውደድመ እና የእውነትን ቃል በመታዘዝ ራሳችሁን ማሳየት አለባችሁ።

በማርቆስ 2 ላይ ያየነው ሽባ ሰው ቤቱ ቢቀር ኖሮመ አይፈ ወስም ነበር። ወደ ኢየሱስ ቢመጣ እንደሚፈወስ ስላመነ እና እምነቱን ደግሞ ያለውን አማራጭ ሁሉ በመጠቀም ስላሳየ፤ ሽባው ሰው ፈውስን ተቀበለ። አንድ ቤትን ሊሰረ የፈለገ ሰው "ጌታ ሆይ አምናለሁ ቤቱ ይገነባል" እያለ ጸሎትን ብቻ ቢያደርግ

የመቶ ወይም የሺህ ግዜ ጸሎት ቤቱ በራሱ ይገነባ ዘንድ አያደርገ ውም። የራሱን ድርሻ ማድረግ ይኖርበታል፤መሰረቱን ማዘጋጀት፣ መዎፈር፣ ምሰሶ ማቆም እና መሳሳሉት፤ በሌላ አባባል "ተግባር" ያስፈልጋል።

እናንተ ወይም የቤተሰብ አባል በበሽታ የሚሰቃይ ሁሉም የቤ ተሰቡ አባል በፍቅር ሲያያዝ፣ ህብረቱን የእምነት መሰረት አድርጎ በመቁጠር እግዚአብሄር ይቅር እንደሚል እና የፈውስ ስራ እንደሚ ገለጥ እመኑ። አንዳንዶች ለሁሉም ግዜ ስላለው፣ለመፈውስም ግዜ አለው ይላሉ። "ግዜ" የሚለው አንድ ሰው በእግዚአብሄር ፊት የእ ምነት መሰረትን ሲያኖር ማለት ነው።

ለህመማችሁ እና ለሌላ ለምትጠይቁት ነገር ሁሉ መልስን ትቀበሉ ዘንድ እና ለእግዚአብሄር ክብርን ትሰጡ ዘንድ በጌታችን በኢየሱስ ስም ጸለይኩ!

ምዕራፍ 5

ዳዌዎችን የመፈወስ ሃይል

ማቴዎስ 10:1

አሥራ ሁለቱን ደቀ መዛሙርቱን ወደ እርሱ ጠርቶ፥ እንዲያወጡአቸው በርኵሳን መናፍስት ላይ ደዌንና ሕማምንም ሁሉ እንዲፈውሱ ሥልጣን ሰጣቸው።

በሽታዎችን እና ደዌዎችን የመፈወስ ሃይል

ህያው እግዚአብሔርን ለማያምኑ ሰዎች ማስረጃዎችን የማሳየት ብዙ መንገዶች ሲኖሩ፤ ከእነዚህም ውስጥ ፈወስ አንዱ ነው፡፡ ሰዎች ከማይድን ወይም የመጨረሻ ተስፋ በተቆረጠበት በሽታ ውስጥ ሆነው የትኛውም አይነት ህክምና መፍትሄ የማያመጣበት ሁኔታ ሆነው ሣሉ ፈውስን ሲቀበሉ የፈጠረ እግዚአብሔር ሃይልን መካድ ስለማይችሉ በሃይሉ በማመን ለእርሱ ክብርን ያመጣሉ።

የቱንም ያህል ሃብት፤ ስልጣን፤ ዝና እና እውቀት ቢኖራቸውም ብዙ ሰዎች በበሽታ ችግር እና በሰቃይ ውስጥ ናቸው። ምንም እንኳን ባደገ የህክምና ብዙ በሽታዎች የማይድኑ ቢሆን እንኳን፤ ሰዎች ሁሉን በሚችልው እግዚአብሔር ሲያምኑ፣ በእርሱ ሲተማመኑ እና የበሽታን ችግር በእርሱ ላይ ሲተውት ሁሉም አይድኑም የተባሉ የበሽታ አይነቶች እንኳን ሳይቀር ይፈውሳሉ። የእኛ አምላክ እግዚአብሔር ሁለን ቻይ አምላክ ነው ለእርሱ ምንም የሚሳነው የለም። ከምንም ነገር የሆነ ነገር መፍጠር የሚችል ነው። ደረቅ በትር ያቆጠቁጥ ዘንድ አድርጓል (ዘሁ፡17፡8) የሞተውን አስነስቷል (የሃንስ 11፡17-44)

የእግዚአብሔር አምላካችን ሃይል የትኛውንም አይነት በሽታ እና ህመም ማዳን የሚችል ነው። በማቴዎስ 4፡23 ላይ ይህን እናነባለን "ኢየሱስም በምኩራቦቻቸው እያስተማረ የመንግሥትንም ወንጌል እየሰበከ በሕዝብም ያለውን ደዌና ሕማም ሁሉ እየፈወሰ በገሊላ ሁሉ ይዞር ነበር።" እንዲሁም በማቴዎስ 8፡17 ደግሞ ይህን እናነባለን "መናፍስትን በቃሉ አወጣ፥ የታመሙትንም ሁሉ ፈወሰ" በእነዚህ ምንባበች "በሽታ" "ህመም" እና "ደዌ" ተጠቅሰዋል።

እነዚህ ጋር ደዌ ሲል በአንፀሩ ቀለል ያለ በሽታን እንደ ጉንፋን እና ድካም ያለን ነገር አያመለክትም፡፡ ይህ ማለት የሰውነት ወይም የአካል ክፍል ሽባ ሲሆን ወይም በአደጋ ሆነ በግለሰቡ ሆነ በወላጆች ስህተት ምክንየት መልኩ ሲለወጥ ነው፡፡

ለምሳሌ ያህል ድዳ፣ መሰማት እና ማየት የተሰናቸው፣ ሽባዎች ወይም ከልጅነት ጀምሮ ሽባ የሆኑ (ፖሊዩ) እና በሰው እውቀት ሊፈወሱ የማይችሉ በሽታዎች በጠቅላላ "ደዌ" ተበለው ሊመደቡ ይችላል፡፡

በግለሰቡ ሆነ በወላጆች ስህተት ከተፈጠሩት በተጨማሪ፤ አን ዳንዳች በዩሐንስ 9፡1-3 ላይ እንደተገለፀው ለእግዚአብሔር ክብር መገለጥ ደውያን የሚሆኑ አሉ፡፡ ሆኖም እንደዚህ አይነት ክስተቶች ብዙ አይደሉም፡፡ አብዛኞች የሚከሰቱት ባለማወቅ እና በሰው ስህ ተቶች ነው፡፡

ሰዎች እግዚአብሔርን በመፈለግ ንስሃ ገብተው ኢየሱስ ክርስቶ ስን ሲቀበሉ እግዚአብሔር መንፈስ ቅዱስን ይሰጣቸዋል፡፡ ከመን ፈስ ቅዱስ ጋር የእግዚአብሔር ልጆች የመሆንን መብት ይቀበላሉ፡ ፡ መንፈስ ቅዱስ ከእነርሱ ጋር በሆነ ግዜ ከአንድ አንድ ከባድ በሽ ታዎች በስተቀር አብዛኞቹ በሽታዎች ይፈወሳሉ፡፡ መንፈስ ቅዱስ መቀበላቸው በራሱ የመንፈስ ቅዱስ እሳት በእነሱ ላይ ይወርድና ቁስላቸውን ይሸረዋል፡፡ በተጨማሪም አንድ ሰው በከባድ ህመም ከታመመ በእምነት ከፀለየ፣ በእርሱ እና በእግዚአብሔር መካከል ያለውን የሃጥያት ግርግዳ ካፈረሰ፣ ከሃጥያት መንገድ ከተመለሰ እና ንስሃ ከገባ በእምነቱ መሰረት ፈውስን ይቀበላል፡፡

"የመንፈስ ቅዱስ እሳት" የሚያመለክተው አንድ ሰው መንፈስ ቅዱስ ከተቀበለ በኋላ የሚቀበለው በእግዚአብሔር አይን እና ሃይል የሚቀበለው "የእሳት ጥምቀት" ያመላክታል። የመጥምቁ ዮሐንስ መንፈሳዊ አይኖች በተከፈቱ ግዜ መንፈስ ቅዱስን "የእሳት ጥምቀት" ሲል ገልጾታል። በማቴዎስ 3፡11 ላይ መጥመቁ ዩሃንስ እንዲህ አለ "እኔስ ለንስሐ በውኃ አጠምቃችኋለሁ፤ ጫማውን እሸከም ዘንድ የማይገባኝ ከእኔ በኋላ የሚመጣው ግን ከእኔ ይልቅ ይበረታል፤ እርሱ በመንፈስ ቅዱስ በእሳትም ያጠምቃችኋል" የእሳት ጥምቀት ዝም ብሎ አይመጣም ነገር ግን አንድ ሰው በመ ንፈስ ቅዱስ ሲሞላ ነው እንጂ። መንፈስ ቅዱስን በተሞላ ሰው ላይ የመንፈስ ቅዱስ እሣት ይወርዳል ሁሉም ሃጥያትና በሽታዎቹ ይርቁና ጤናማ ህይወት ይኖራሉ።

የእሳት ጥምቀት የበሽታ መርገምን ሲያቃጥል ብዙ በሽታዎች ይፈወሳል። ደዌዎች ግን በእሳት ጥምቀት አይቃጠሉም ታዲያ እንዴት ነው ደዌዎች የሚፈወሱት?

ሁሉም ደዌዎች የሚፈወሱት ከእግዚአብሔር በተሰጠ ሃይል ነው። ለዚህ ነው በዩሀንስ 9፡32-33 ላይ እንዱህ የሚል ቃል እና ገኛለን። "ዕውር ሆኖ የተወለደውን ዓይኖች ማንም እንደ ከፈተ ዓለም ከተፈጠረ ጀምሮ አልተሰማም፤ይህ ሰው ከእግዚአብሔር ባይሆን ምንም ሊያደርግ ባልቻለም ነበር።"

በሃዋርያት ስራ 3፡1-10 ላይ ጴጥሮስ እና ዮሃንስ ከተወሰደ ግዜ ጀምሮ ሽባ የሆነ ሰውን ለመርዳት ይነሳ ዘንድ ከእግአብሔር ሃይልን ተቀብለው እናያለን።

ይህ ሰው “ውብ” በምትባለው በር አጠገብ ሆኖ ይለምን ነበር፡ ፡ በቁጥር 6 ላይ ጴጥሮስ ብርና ወርቅ የለኝም፤ ይህን ያለኝን ግን እሰጥሃለሁ፤ በናዝሬቱ በኢየሱስ ክርስቶስ ስም ተነሣና ተመላለስ ።” ብሎ ሽባውን ሰው ቀኝ እጅን ይዞ አስነሳው ወዲያውም የሰው ዬው እግር እና ቁርጭምጭምት ፀኑ ጠንካራ ሆነ እግዚአብሔርን ማመስገን ጀመረ። ሰዎች ከዚህ ቀደም ሽባ የነበረው ሰው እየተመ ላለሰ እግዚአብሔርን ሊያመሰግን አይተው መደነቅ እና መገረም ምላባቸው።

አንድ ሰው ፈውስን መቀበል ከፈለገ በኢየሱስ ክርስቶስ ያመ ነበት እምነት ይኖረው ዘንድ ይገባል። ሽባ የነበረው ሰው ምንም እንኳን ለማኝ ቢሆንም እንኳን በኢየሱስ ክርስቶስ ሰላመነ ከእግ ዚአብሔር ሃይልን የተቀበሉ ሰዎቸ በፀለዩለት ግዜ ሊፈወስ ቻለ፡ ፡ ለዚህ ነው ቅዱስ መጽሃፍ እንዲህ ሲል የሚነግረን “በስሙም በማመን ይህን የምታዩትንና የምታውቁትን የእርሱ ስም አጸናው፥ በእርሱም በኩል የሆነው እምነት በሁላችሁ ፊት ይህን ፍጹም ጤና ሰጠው።” (ሃዋ 3፡16)

በማቴዎስ 10፡1 ላይ ኢየሱስ ለደቀመዛሙርቱ በእርኩሳን መና ፋሰት ላይ ያሰወጧቸው ዘንድ እና ሁሉንም በሽታዎች ይፈውሱ ዘንድ ሃይልን ሰጣቸው። በብሉይ ኪዳን ዘመን እግዚአብሔር ለተ ወደዱ ነቢያቶቹ ለነሙሴ፣ ኤልሳዕ እና ኤልሳዕ ድዌን ይፈውሱ ዘንድ ሃይልን ሰጣቸው በአዲስ ኪዳን ዘመን ለሃዋርያቱ ለጴጥሮስ እና ለጳውሎስ እና ለታማኝ ሰራተኞቹ በእሲጢፋኖስ እና ለፊሊጶስ ሰጥቶ ነበር።

አንድ ሰው የእግዚአብሔር ሃይል ከተቀበለ ምንም ነገር አያስቸግረውም፤ ሽባን፣ ፖሊዮን ሁሉ በመፈወስ ይራመዱ ዘንድ ሊያደርጋቸው ይችላሉ። አይናቸው የማያይ እንደያዩ፣ መስማት የተሳናቸው እንዲሰሙ ዱዳዎች ይናገሩ ዘንድ ማድረግ ይችላል።

ደዌዎችን የመፈወስ ብዙ መንገዶች

1. ደንቆሮ እና ዲዳን ሰው የእግዚአብሔር ሃይል ፈውሰ

በማርቆስ 7፡31-37 ላይ የእግዚአብሔር ሃይል ደንቆሮ እና ዱዳ ሰውን ሲፈውስ እንመለከታለን። ሰዎች ይህንን ሰው አውጥተው ኢየሱስ እጁን ይጭንበት ዘንድ በጠየቁ ግዜ ኢየሱስ ሰውየውን ወስዶ ጣቶቹን በጆሮዎቹ ውስጥ በማኖር እንትፋ በማለት ምላሱ ነካ። ወደ ሰማይ ተመለከተና "ኤፍታህ አለው፥ እርሱም ተከፈት ማለት ነው"(ቁጥር.34) ብሎ ተናገረ። ወዲያውም የሰውዬው ጆምሮዎች ተከፈቱ ምላሱ ተፈታ አጥርቶ መናገር ጀምረ።

አፀናፍ አለምን በቃሉ የፈጠረ እግዚአብሔር ይህን ሰው በቃሉ ሊፈውስ አይችልምን? ኢየሱስ ለምንድን ነው ጣቶችን በሰውዬው ጆሮ ውስጥ አስገባ? ደንቆሮ የሆነ ሰው ድምፅን ሊሰማ ሰለ ማይችል እና በምልክት ቋንቋ ስለሚግባባ ይህ ሰው ሌሎች ሰዎች በመስማት እምነትን እንዳገኙት ሊያገኝ አይችሉም። ኢየሱስ ይህ ሰው እምነት አንዳጣ ሰለወቀ ኢየሱስ ጣቶቹን ወደ ሰውዩው ጆሮ አስገባ ይህን ያደረገው የሚፈወስበትን እምነት ያገኝ ዘንድ ነው፡ትልቁ ነገር አንድ ሰው ይፈወስ ዘንድ ያለው እምነት ነው፡ ኢየሱስ ይህን ሰው በቃሉ መፈወስ ይችል ነበር ነገር ግን ይህ ሰው

መሰማት ስለማይችል ኢየሱስ እምነትን በመትከል ይህ ሰው ፈውስን ይቀበል ዘንድ ይህን መንገድ ተጠቀመ።

ለምንድን ኢየሱስ የሰውየውን ምላስ እንትፍ ብሎ የነካው? ኢየሱስ መትፋቱ እርኩስ መንፈስ ይህን ሰው ዱዳ እንዳደረገው ያሳየናል። አንድ ሰው ፊታችሁ ላይ ያለምክንያት ካተፈባችሁ እንዴት ትቀበሉታላችሁ? ይህ ንቀት እና ኢሞራላዊ ተግባር ነው።

የሰውን ባህርይ ያበላሻል መትፋት ክብረነክነት እና ንቀትን የሚያለክት ስለሆነ ኢየሱስ የተፋው ክፉ መናፈስትን ለማባረር ነው።

በዘፍጥረት ላይ እባብ እድሜ ዘመኑን ሁሉ ትቢያ እንዲበላ እግዚአብሔር እንደረገመው እንመለከታለን። ይህ በሌላ አባባል በጠላት ዲያብሎስ እና ሰይጣን ላይ ያለውን የእግዚአብሔር እግ ማንን ያሳያል። ከአፈር የተሰራውን ሰው ይበላ ዘንድ እባቡን ያነ ሳሳው እርሱ ስለሆነ። ስለዚህ ከአዳም ግዜ ጀምሮ ጠላት ሰውን ይበላ ዘንድ እያንዳንዱን አጋጣሚ ይጠቀማል። ዝንብ፣ የወባ ትንኝ እና በረሮ ነገሮች በቆሻሻ ቦታ እንደሚኖሩ ሁሉ ጠላት ዲብሎስ ልባቸው በሃጥያት፣ በክፋት፣ በቁጣ የተሞሉ ሰዎችን መኖሪያ በማድረግ አዕምሯቸውን የምሽግ ቦታ በማድረግ ይጠቀ ማል። ስለዚህ በእግዚአብሔር ቃል በሚኖሩ እና የሚላለሱ ናቸው ከበሽታቸው ሊፈወሱ የሚችሉት።

2. የእግዚአብሔር ሃይል አይነሰውሩን ፈወሰ

በማርቆስ 8፡22-25 የሚከተለውን እናገኛለን።

"ወደ ቤተ ሳይዳም መጡ። ዕውርም አመጡለት፥ እንዲ

ዳስሰውም ለመኑት።ዕውሩንም እጁን ይዞ ከመንደር ውጭ አወጣው፥ በዓይኑም ተፍቶበት እጁንም ጭኖበት። አንዳች ታያለህን ብሎ ጠየቀው።አሻቅቦም፡- ሰዎች እንደ ዛፍ ሲመ ላለሱ አያለሁ አለ።ከዚህም በኋላ ደግሞ እጁን በዓይኑ ላይ ጫነበት አጥርቶም አየና ዳነም ከሩቅም ሳይቀር ሁሉን ተመለ ከተ።"

ለዚህ አይነስውር ሰው ኢየሱስ በፀለየ ግዜ በአይኖቹ ላይ አንትፍ አለበት። ለምንድን ነው ይህ አይነ ስውር በመጀመሪያ ኢየሱስ በፀለየለት ሳይሆን በሁለተኛው ግዜ ማየት የቻለው? በራሱ ሃይል ኢየሱስ ይህን ሰው ሙሉ ለሙሉ መፈወስ ይችል ነበር። ነገር ግን የዚህ ሰው እምነት ትንሽ ስለሆነ ኢየሱስ ለሁለተኛ ግዜ ፀለየለት እና እምነት ይኖረው ዘንድ አድረገ። በዚህ አማካኝ ነት ኢየሱስ ሰዎች ለመጀመሪያ ግዜ ተፀለዮላቸው ፈውስን ካልተ ቀበሉ ሁለት፣ ሦስቴ አራቴ የእምነት ዘር በውስጣቸው እስከኪበ ቅል ድረስ መፀለይ እንዳለብን አስተምሮናል። ይህ ሲሆን በፈወሳ ቸው ማመን ይችላሉና።

ምንም የማይሳነው ኢየሱስ አይነስውሩ ሰው በእምነቱ ማነስ ምክንያት አለመፈወሱን አውቆ ደግሞ ደጋግሞ ፀለየለት። እኛስ ምንድን ነው ማድረግ ያለብን? በብዙ መማለድ እና መፀለይ ፈውስን እስክንቀበል ድረስ መፅናት አለብን።

በዮሃንስ 9፡6-9 ከመወለዱ ጀምሮ አይነ ስውር የነበር ሰው ኢየሱስ ወደ መሬት አንትፍ ብሎ ጭቃ ከሰራ በኋላ በጭቃው ከቀባው በኋላ ሲፈውስ እንመለከታለን። ይህ ምንን ያመለክታል? ምራቁ ንፁህ ያልሆነ ነገርን አያመለክትም። መሬት ላይ እንትፍ ያለው ጭቃን ይሰራ ዘንድ ነው። ይህን ያደረገው ውሃ ስላልነበረ

ነው። አንድ ነገር አበጥ አበጥ ሲል ወይም ነፍሳት ሲነክሱ ወላጆች በፍቅር ምራቃቸው እንትፍ ይላሉ። ደካሞች እምነት ያገኙ ዘንድ የጌታን ፍቅር ምንም አይነት እንደሆነ ልንረዳ ይገባል።

ኢየሱስ በአየነስውሩ አይን ላይ ጭቃን እንደቀባ ሰውየው የጭቃውን ስሜት በአይኑ ላይ ሲሰማው የሚፈወስበትን እምነት ያዘ። እምነቱ አነስተኛ ለሆነ ሰው ኢየሱስ እምነትን ከሰጠ በኋላ በሃይሉ የሰውዬውን አይን አበራ።

ኢየሱስ እንደ ነገረን "ምልክትና ድንቅ ነገር ካላያችሁ ከቶ አታምኑም"(ዩሃንስ 4፡48) በዚህ ዘመን ሰዎች በመፅሃፍ ቅዱስ ቃል ብቻ እምነትን ይይዙ ዘንድ ማድረግ አስቸጋሪ ነው ድንቅና ታምራትን ካላዩ በቀር። የሰው ሳይንስ እና እውቀት ባደገበት በዚህ ዘመን በማይታየው እግዚአብሔር መንፈሳዊ እምነት መያዝ በጣም ከባድ ነገር ሆኗል። ብዙግዜ የምንሰማው "ማየት ማመን ነው" በተመሳሳይ መልኩ የህያው እግዚአብሔር ተጨባጭ ስራዎች ሲመለከቱ የሰዎቹ እምነት ቶሎ ያድጋል የፈውስ ስራም ቶሎ ብሎ ይከናወናል ስለዚህ "ድንቅ እና ታዓምራቶች" በጣም አስፈላጊ ነገሮች ናቸው።

3. የእግዚአብሔር ሃይል ሽባውን ፈወሰ

ኢየሱስመልካሙን ዜና እየሰበከ ሁሉንም ካለባቸው በሽታ እየፈወሳቸው ሁሉ፤ደቀመዛሙርቱም የእግዚአብሔር ሃይል ገለጡ።

በሃዋርያት ስራ 3፡6-10 ጴጥሮስ ሽባ የነበረ ለማኝን ሰው "በናዝሬቱ በኢየሱስ ክርስቶስ ስም ተነሳና ተመላለሰ" (ቁጥር 6) ብሎ በቀኝ እጁ ሲያነሳው የሰውየው እግር እና ቁርጭምጭሚቶች

ፀነተው ዘሎ በመነሳት መራመድ ጀመረ። ሰዎች ይህን ጴጥሮስ የገለጠውን ድንቅና ታምራት በተመለከቱ ግዜ ብዙ ሰዎች በጌታ አመኑ። የታመሙ ሰዎችን በመንገድ ላይ በማምጣት ጴጥሮስ ሲያልፍ የእርሱ ጥላ ባረፈባቸው ግዜ እንዲፈወሱ አደረጉ። ኢየሩሳ ሌም ዙርያ ካሉ ከተሞች ሰዎች ተሰበሰቡ ህሙማን እና በአጋንንት የተያዙ አመጡ ሁሉም ተፈወሱ (የሃዋርያት ስራ 5፡14-16)

በሃዋርያት ስራ 8፡5-8 እንዲህ የሚል ቃል እናገኛለን "ፊልጶስም ወደ ሰማርያ ከተማ ወርዶ ክርስቶስን ሰበከላቸው። ሕዝቡም የፊ ልጶስን ቃል በሰሙ ጊዜ ያደርጋት የነበረውንም ምልክት ባዩ ጊዜ፥ የተናገረውን በአንድ ልብ አደመጡ።ርኵሳን መናፍስት በታላቅ ድምፅ እየጮኹ ከብዙ ሰዎች ይወጡ ነበርና፤ ብዙም ሽባዎችና አንካሶች ተፈወሱ፤በዚያችም ከተማ ታላቅ ደስታ ሆነ።"

በሃዋርያት ስራ 14፡8-12 ከልጅነቱ ጀምሮ ሽባ የነበረ አና ተራምዶ የማያውቅ ሰው ታሪክ እናነባለን። የጳውሎስን መልዕ ክት ከሰማ በኋላ እምነት መያዝን ቻለ በዚያም ድነትን ተቀበል፡ ፡ጳውሎስ "ቀጥ ብለህ በእግርህ ቁም አለው (ቁጥር 10) ብሎ ሲያዘው ሰውየው ዘሎ ቆሞ መራመድ ጀመረ። ይህን ያዩ ምስክ ሮች "ማልክት ሰዎችን መስለው ወደ እኛ ወርደዋል " (ቁጥር 11) ሲሉ ተናገሩ።

በሃዋርያት ስራ 19፡11-12 እንዲህ እንመለከታለን "እግዚአ ብሔርም በጳውሎስ እጅ የሚያስገርም ተአምራት ያደርግ ነበር፤ ስለዚህም ከአካሉ ጨርቅ ወይም ልብስ ወደ ድውዮች ይወስዱ ነበር፥ ደዌያቸውም ይለቃቸው ነበር ክፉዎች መናፍስትም ይወጡ

ነበር።" የእግዚአብሔር ሃይል ምንኛ ድንቅ ነው?

የልባቸውን መንፃትን እና ፍቅር እንደ ጴጥሮስ፣ ጳውሎስ እንደ ደያቆን ፊሊጶስ እና እስጢፋኖስ በፈፀሙ ሰዎች አማካኝነት በዚህ ዘመን የእግዚአብሔር ሃይል ይገልጣል። ሰዎች በእምነት ወደ እግዚአብሔር ደዌያቸው ይፈወስ ዘንድ አምነው ሲመጡ እርሱም በሚሰራባቸው አጋልጋዮች ፀሎት አማካኝነት ይፈወሳሉ።

ማንሚሚን ከተመሰረተች በኋላ ህያው እግዚአብሔር ብዙ አይነት ድንቅ እና ተዓምራቶችን እገልጥ ዘንድ አድርጎኛል። በአባ ላት ልብ እምነትን እተክል ዘንድ እና ቃላት መነቃቀትን አመጣ ዘንድ አግዞኛል።

አንድ ባሏ በአልኮል ተፅዕኖ ስር ሆኖ ጥቃት የሚያደርስባት ሴት ነበረች። ብዙ የአካል ጥቃት ስለደረሰባት የአፒቲክ ነርቮቿ አልሰራ በማለታቸው ሃኪሞች ተስፋ ቆረጡ፤ ይህች ሴት ግን ወደ ማንሚን ቤተክርስቲያንን ዜና ሰምታ መጣች። በትጋት በአምልኮ አገልግሎቶች እየተካፈለች ለፈውስ በትጋት ስትጸልይ ፀለይኩላት ዳግመኛ ማየት ቻለች። የእግዚአብሔር ሀይል ጠፍተው የነበሩትን ሙሉ በሙሉ የአፐቲክ ነርቮቻን ጠገነ።

አንድ ሰው የጀርባ አጥንቱ ስምንት ቦታ ድረስ እስኪሰባበር ድረስ ጉዳት የደረሰበት ሰው ነበረ። ታችኛው የሰውነት ክፍል ሽባ ሆኖ ነበር ሁለቱ እግሮቹ ሊቆረጡ ነበር። ኢየሱስ ክርስቶስን ከተ ቀበለ በኋላ መቆረጡን አስቀርቶ (ክራንች) በዱላ ነበር የሚንቀሳ ቀሰው። የማንሚን የፀሎት ማዕከል ፕሮግራም መከፈል ጀመረ በኋላም የአርብ ማታ አዳር አምልኮ ፕሮግራም ከፀለይኩለት

በኋላ ክራንቹን ጣለ በሁለት እግሩ መራመድ ጀመረ ከዚያን ግዜ አንስቶ የወንጌል መልዕክተኛ ሆነ።

የእግዚአብሔር ሃይል የህክምና ሳይንስ ሊፈውሳቸው ያቃላ ቸውን ደዌዎች ይፈውሳል።በዮሃንስ 16፡23 ላይ ኢየሱስ እንዲህ ሲል ቃል ገብቶልናል "በዚያን ቀንም ከእኔ አንዳች አትለምኑም። እውነት እውነት እላችኋለሁ፥ አብ በስሜ የምትለምኑትን ሁሉ ይሰ ጣችኋል።" በአስደናቂው በእግዚአብሔር ሃይል ታምኑ ዘንድ፣ ትፍ ልጉት ዘንድ፣ ለሁሉም የበሽታ ችግራችሁ መልስን ትቀበሉ ዘንድ የሁሉን ቻዩ ህያው አምላክ የመልካም ዜና መልዕክተኛ ትሆኑ ዘንድ በጌታ ስም ፀልይኩ!

ምዕራፍ 6

በአጋንት የተያዙ የመፈወስ መንገድ

ማርቆስ 9:28-28

"ወደ ቤትም ከገባ በኋላ ደቀ መዛሙርቱ:- እኛ ልናወጣው ያልቻልን ስለ ምንድር ነው? ብለው ብቻውን ጠየቁት።ይህ ወገን በጸሎትና በጦም ካልሆነ በምንም ሊወጣ አይችልም አላቸው።"

በመጨረሻው ዘመን ፍቅር ይቀዘቅዛል

የዘመናዊ ስልጣኔ እና የኢንዱስትሪ መበልፀግ የቁሳዊ ብልፅግና እና ሰዎች የበለጠ ምቾት እና ጥቅምን አስገኝቷል። በተመሳሳይ ግዜ እነዚህ ሁለት ነገሮች መለያያትን፣ ከልክያለፈ ራስ ወዳድነት፣ ክደት እና በሰዎች መካከል የበታችኝነት ስሜትን አምጥተዋል፤ ፍቅር ሲሸሽ መረዳት እና ይቅርታን ፈልጎ ማግኘት በጣም ከባድ ይሆናሉ።

በማቴዎስ 24፡12 ላይ እንደተነገረው "ከዓመፃም ብዛት የተነሣ የብዙ ሰዎች ፍቅር ትቀዘቅዛለች።" ክፋት ሲበዛ እና ፍቅር ሲቀዘቅዝ አሁን ባለንበት ዘመን በጣም ከባድ የሚባሉት ችግሮች የሆነው በአዕምሮ መታወክ እና በነርብ ችግር እና ሲዞፌርኒያ የሚጠቁ ሰዎች ቁጥር እየጨመረ መምጣቱ ነው።

የአዕምሮ ህክምና ተቋማት ትክክለኛ ኑሮ መምራት ያልቻሉ እና መፍትሄ ያላገኙ ሰዎችን ለይተው ያቆያሉ። ከአመታት ህክምና በኋላ ምንም ለውጥ ከሌለ ቤተሰቦች ይደክሙና ታካሚዎችን እንደ ወላጅ አልባ ህፃናት ይረሷቸዋል። እነዚህ ታካሚዎች ከቤተ ሰብ ርቀው እና ያለቤተሰብ እየኖሩ ጤናማ ሰዎች እንደሚመላለ ሱት መሆን አይችሉም ከሚወዷቸው እውነተኛ ፍቅር ቢፈልጉም ብዙ ሰዎች ለእንደዚህ አይነት ሰዎች ፍቅራቸውን አያሳዩም።

በመፅሃፍ ቅዱስ ውስጥ ኢየሱስ ክርስቶስ በብዙ ቦታ ላይ በአ ጋንንት የተያዙ ሰዎችን ሲፈውስ እንመለከታለን። ለምንድን ነው በቅዱሳት መፅሃፍ የተመዘገቡት? የዘመን መጨረሻ በቀረበ ቁጥር ፍቅር ይቀዘቅዛል ሰይጣን ሰዎችን ያሰቃያል፣ በአዕምሮ በሽታ ያሰ

ቃያቸዋል፣ የደያብሎስ ልጆች አድርጎ ማደጎ ያደርጋቸዋል። ሰይጣን ያሰቃያል፣ ያሳምማል፣ ግራያገባል የሰዎችን ሃሳብ በሃጥያት እና በክፋት ያቆሽሻል።

ህብረተሰቡ በሃጥያት እና በክፍት ስለተጨማለቀ ሰዎች ለመቅ ናት፣ ለጥል፣ ለጥላቻ፣ አንዱ ሌላውን ለመግደል ይቸኩላል። የመ ጨረሻው ዘመን በቀረበ ቁጥር ክርስቲያኖች እውነት የሆነውን እውነት ካልሆነ መለየት እምነታቸውን መጠበቅ እና በስጋም በአዕ ምሮም ጤናማ ህይወትን መምራት አለባቸው።

ሰይጣን በሚያነሳሳበትን እና የሚያሰቃይበትን መንስኤ እን መርምር እንዲሁም በዚህ ዘመናዊ ማህረሰብ ውስጥ ሳይንሳዊ ስልጣኔ ገስግሶ ሳለ ለምን በሰይጣን እና በአጋንንት የሚያዙት እና የአዕምሮ መታወክ ለምን እንደሚያጋጥማቸው እንመርምር።

በሰይጣን የመያዝ ሂደት

ሁሉም ሰው ህሊና አለው ብዙ ሰዎች በህሊናቸው መሰረት ይኖራሉ ይንቀሳቀሳሉ፤ ሆኖም ግን የእያንዳንዱ ሰው የህሊናው መሰፈርት የሚሆነው እያንዳንዱ ሰው በተለያየ አካባቢ እና ሁኔታ ሰላደገ፣ ስለተመለከተ፣ ስለሰማ፣ ከወላጆቹ፣ ከቤት፣ ከትምህርት ቤቱ የተለያዩ ነገሮችን ስለተማረ እና የተለያዩ መረጃዎችን ስለዘገበ ነው።

በአንድ በኩል እውነት የሆነው የእግዚአብሔር ቃል “ክፉን በመ ልካም እንጂ በክፉ አታነሸፍ” ሲል ይነግረናል። (ሮሜ 12፡21) እን

ዲሁም በማቴዎስ 5፡39 ላል "እኔ ግን እላችኋለሁ፥ ክፉውን አት ቃወሙ፤ ዳሩ ግን ቀኝ ጉንጬህን በጥፊ ለሚመታህ ሁሉ ሁለተኛ ውን ደግሞ አዙርለት" ሲል ይመክረናል። ቃሉ ፍቅርን እና ይቅር ታን ስለሚያስተምር፣ የፍርዱ መሰፈርት "መሸነፍ ማሸነፍ ነው" በሚያምነው ሰው ውስጥ ይበለፀጋል። በሌላ በኩል ደግሞ አንድ ሰው ሲመታ ምላሽ መስጠት እንዳለበት የተማረ ከሆነ መከላከል ጀግንነት ነው ሳይከላከሉ መሸሻ ስንፍና ነው። ወደ ሚል ፍርድ ይደርሳል። ሦስት መመዘኛ ነጥቦች-የየሰው የፍርድ መስፈርት፤ አንድ ሰው የፅድቅ ወይ ያለፅድቅ ህይወት መኖሩ፣ እና ከአለም ጋር ምንም ያህል አመቻምቿል የሚሉት ጉዳዮች የተለያዩ ህሊናን በተለያዩ ሰዎች ይሰራል።

ህይወታቸውን በተለያየ መንገድ የመሩ ህሊናቸውን የተለያየ ነው የሚሆነው፤ የእግዚአብሔር ጠላት የሆነው ሰይጣን ሰዎች በሃ ጥያት ተፈጥሮ ልክ ይኖሩ ዘንድ ከመልካም ነገር በተፃረረ ይመሳ ሰሉ ዘንድ ክፉ ሃሳቦችን እየዘራ እና ሃጥያትን ያደርጉ ዘንድ ያነሳሳ ቸዋል።

በሰዎች ልብ ውስጥ እንደ እግዚአብሔር ህግ ይኖሩ ዘንድ በመ ንፈስ ቅዱስ ፍላጎት እና የሰጋን ፍላጎት ያደረጉ ዘንድ በሚያደር ገው የሃጥያታዊ ተፈጥሮ መሃል ግጭት አለ። ለዚህ ነው በገላ ቲያ 5፡16-17 ላይ "ነገር ግን እላለሁ፥ በመንፈስ ተመላለሱ፥ የሥ ጋንም ምኞት ከቶ አትፈጽሙ።ሥጋ በመንፈስ ላይ መንፈስም በሥጋ ላይ ይመኛልና፥ እነዚህም እርስ በርሳቸው ይቀዋወማሉ፤ ስለዚህም የምትወዱትን ልታደርጉ አትችሉም።" እግዚአብሔር

የሚመክረን።

በመንፈስ ቅዱስ ፍላጎት ከኖርን የእግዚአብሔርን መንግስት እንወርሳለን፤ የሃጥያታዊ ተፈጥሮ ፍላጎትን ከተከተልን እና በእግ ዚአብሔር ቃል መሰረት ካልኖርን የእርሱን መንግስት አንወርስም፡ ፡ ለዚህ ነው እግዚአብሔር በገላትያ 5፡19-21 ላይ እንዲህ ሲል ያስ ጠነቀቀን።

> “የሥጋ ሥራም የተገለጠ ነው እርሱም ዝሙት፥ ርኵሰት፥ መዳራት፥ጣዖትን ማምለክ፥ ምዋርት፥ ጥል፥ ክርክር፥ ቅንዓት፥ ቁጣ፥ አድመኛነት፥ መለያየት፥ መናፍቅነት፥ምቀኝነት፥ መግደል፥ ስካር፥ ዘፋኝነት፥ ይህንም የሚመስል ነው። አስቀድ ሜም እንዳልሁ፥ እንደዚህ ያሉትን የሚያደርጉ የእግዚአብሔ ርን መንግሥት አይወርሱም።”

ታዲያ እንዴት ነው ሰዎች በአጋንንት የሚያዙት?

በአንድ ሰው ሃሳብ በሃጥያታዊ ተፈጥሮ ልቡ በተሞላ ሰው የሃጥያታዊ ተፈጥሮ ፍላጎቶችን ይቀሰቅሳል። ሀሳቡን መቆጣጠር አቅቶት ሃጥያታዊ ተፈጥሮውን ካደረገ የክስ ሃሳብ በልቡ ይገባል ልቡም የበለጠ ክፉ እየሆነ ያድጋል። እንዲህ አይነት ሃጥያታዊ ባህርይ በተከማቸ ቁጥር ይህ ሰው ራሱን መቆጣጠር ያቆም እና ሰይጣን ያነሳሳውን ማኝኛውንም ነገር ያደርጋል። እንዲህ አይነት ሰው በሰይጣን “ተያዘ” ይባላል።

ለምሳሌ ያህል አንድ መሰራት የማይወድ ሰነፍ ሰው ቢኖር ከመሰራት ይልቅ እየጠጣ ግዜውን ማጥፋት ቢመርጥ። በዚህ ሰው ላይ ሰይጣን ሃሳብን አምጥቶ አይምሮውን በመቆጣጠርና እየጠጣ መስራት ከባድ እንደሆነ እያሰበ ግዜውን ያጠፋ ዘንድ ያደ ርገዋል። ሰይጣን እውነት ከሆነው ከመልካምነትም ያርቀዋል፤ ህይ ወቱን የሚያበለፅልበትን ሃይል ይሰርቀዋል ከዛም ብቃት የሌለው እኛ ጥቅም አልባ ሰው አድርጎ ይለውጠዋል።

በሰይጣን ሃሳብ ሲኖር እና ሲመላለስ ይህ ሰው ከሰይጣን ማምለጥ አይችልም። በተጨማሪም ልቡ ብዙ ክፍትን ባወጣ ቁጥር እና ራሱ ለክፉ ሃሳቦች በሰጠ ቁጥር ልቡን ከመጠበቅ ይልቅ እርሱን የሚያስደስተውን ሁሉን ነገር ያደርጋል። እንዲ በሳጭ ከፈለገ እርሱ እስከሚያረካ ድረስ ይበሳጫል፣ ይጣላል ወይም ይጨቃጨቅ ዘንድ ከፋለገ እስከፈለገ ድረስ ይጨቃጨ ቃል ወይ ይጣላል። የጠጣ ዘንድ ከፈለገ፤ ማቆም እስለማይችል ድረስ ይሆናል። ይህ ሲከማች ከሆነ ነጥብ በኋላ የራሱን ሃሳብ እና ልብ መቆጣጠር አይችልም ሁሉም ነገሮች ከፍቃዱ ተፃራሪ የሆኑ ናቸው። ከዚህ ሂደት በኋላ በአጋንንት ይያዛል።

በአጋንንት የመያዝ መንስኤዎች

አንድ ሰው በሰይጣን የሚነሳሳበት እና በአጋንንት የሚዝበት ሁለት ዋና መንስኤዎች አሉ።

1. ወላጆች

ወላጆቹ እግዚአብሔርን ትተው እግዚአብሔር የሚፀየፋቸውን ጣኦታትን ካመለኩ ወይም እጅግ በጣም ክፉ ነገር ካደረጉ፤ የክፉ መናፍስት ሃይላት ወደ ልጆቻቸው ሾልከው ይገባሉ፤ ካልተፈተሹ በአጋንንት ይይዛሉ። በእንደዚህ አይነት ሁኔታ ወላጆች ወደ እግ ዚአብሔር መምጣት አለባቸው ሃጥያታቸው አጥብቀው በንስሃ ተናዘው ከሃጥያት መንገዳቸው ተመልሰው ስለልጆቻቸው እግዚ አብሔርን መማለድ አለባቸው። እግዚአብሔር የወላጆችን ልብ ተመልክቶ የፈውስ ስራን ይገልጣል የኢፍትሃዊ ሰንሰለቶችን ይሰ ብራል።

2. በራስ (በግል)

ከወላጆች ሃጥያት ጋር ተያያዘም አልተያያዘም አንድ ሰው በራሱ እውነት ባልሆኑ ነገሮች፤ ክፋትን፣ ትዕቢት እና በመሳሳሉትን ሰበብ በአጋንንት ሊያዝ ችላል። ግለሰቡ በራሱ መፀለይ እና ንስሃ መግባት ስለማይችል ሃይሉን መግለጥ ከሚችል ከእግዚአብሔር አገልጋይ ፀሎት ሲደረግለት፤ የኢፍትሃዊነት ሰንሰለት ይበጣጠ ሳል። አጋንንት ሲባበሩ እና ወደ ራሱ ሊመለስ የእግዚአብሔር ቃል ሊማር ይገባዋል ምክንያቱም በአንድ ወቅት በሃጥያት እና በክፋት ተጨማልቆ የነበረው ልቡ መንፃት ሰላለበት።

ስለዚህ አንድ የቤተሰብ አባል ሆነ ዘመድ በአጋንንት ከተያዘ ቤተሰቡ ለዚህ ሰው በትጋት የሚፀልይ ሰው ሊለዩ ይገባል። ምክ

ንያቱም በአጋንት የተያዘው ሰው ልብ እና ሃሳብ በአጋንንት ስለ ተያዘ በራሱ ፈቃድ ምንም ነገር ማድረግ አይችልም። የእውነት ቃል የሆነውን ሊሰማ ሆነ ሊፀልይ አይችልም፤ ከዚህ የተነሳ በእውነት መኖር አይችልም። ስለዚህ ሙሉ ቤተሰቡ ወይም አንድ ሰው ከቤተሰብ በፍቅር እና በትህትና ይህ በአጋንንት የተያዘው ሰው በእምነት ይኖር ዘንድ ሊፀልዩለት ይገባል። እግዚአብሔር በቤተሰቡ ያለውን መሰጠት እና ፍቅር ሊመለከት የፈውስን ስራ ይገልጣል። ኢየሱስ ባልጀራችንን እንደራሳችን እንወድ ዘንድ ነግሮናል (ሊቃስ10፡27) በአጋንንት ለተያዘ ለቤተሰብ አባላችን የማንፀልይ እና የማንቃትትን ከሆንን እንዴት አድርገን ነው ባልጀሮችንን እን ወዳለን ማለት የምንችለው?

በአጋንንት የተያዘ ሰው ቤተሰቦች እና ጓደኞች መንሰኤውን ሲያውቅ፤ ንስሃ ሊገቡ እና በእግዚአብሔር ሃይል እምነት ሲፀልዩ፤ በፍቅር ሲተጉ፤ የእምነት ዘርን ሲከታታሉ፤ የአጋንንት ሃይሎች ይበረራሉ የሚወዷቸው ሰዎች እግዚአብሔርን ከአጋንንት የሚጋርዳቸው እና የሚጠብቃቸው ሆነ ወደ እውነት ሰው ይለወጣሉ።

በአጋንንት የተያዙትን የመፈወሻ መንገዶች

በመፅሃፍ ቅዱስ ውስጥ በብዙ ቦታ ብዙ ሰዎች ከአጋንንት ሲፈወሱ ተፅፎ እናገኛለን። እንዴት ፈውሳቸውን እንደተቀበሉ እን መርምር።

1. የአጋንንት ሃይላት መቃወም አለባችሁ

በማርቆስ 5፡1-20 በእርኩስ መንፈስ የተያዘ ሰው አናገኛለን ቁጥር 3-4 ስለሰውዬው እንዲህ ሲል ያብራራል።"በማርቆስ 5፡5-7 እንዲህ እናነባለን "እርሱም በመቃብር ይኖር ነበር፥ በሰንሰለትምስንኳ ማንም ሊያስረው በዚያን ጊዜ አይችልም ነበር፤ብዙ ጊዜ በእግር ብረትና በሰንሰለት ይታሰር ነበርና ዳሩ ግን ሰንሰለቱን ይበጣጥስ እግር ብረቱንም ይሰባብር ነበር፥ ሊያሸንፈውም የሚችል አልነበረም" እንዲሁም በማርቆስ 5፡5-7 እንዲህ እናነባለን "ሁል ጊዜም ሌሊትና ቀን በመቃብርና በተራራ ሆኖ ይጮኽ ነበር ሰውነቱንም በድንጋይ ይቧጭር ነበር። ኢየሱስንም ከሩቅ ባየ ጊዜ ሮጦ ሰገደለት፥በታላቅ ድምፅም እየጮኸ፡- የልዑል እግዚአብሔር ልጅ ኢየሱስ ሆይ፥ ከአንተ ጋር ምን አለኝ? እንዳታሠቃየኝ በእግዚአብሔር አምልሃለሁ አለ"

እሱስ የነበረው ምላሽ ትዕዛዝ ነበር አንተ ርኩስ መንፈስ፥ ከዚህ ሰው ውጣ" ቁጥር 8" ይህ ታሪክ የሚነግረን ሰዎች ምንም እንኳን ኢየሱስ የእግዚአብሔር ልጅ መሆኑን ባያውቁም ይህ እርኩስ መንፈስ ኢየሱስ ማን እንደሆነ እና ምን አይነት ሃይል እንደለው ማወቁ ነው።

በመቀጠል ኢየሱስ "ስምህ ማነው" ብሎ ሲጠይቀው እንመለከታለን በአጋንንት የተያዘ ሰው "ብዙዎች ነንና ስሜ ሌጊዮን ነው (ቁጥር 9) ብሎ መለሰ። ደግሞ ከአካባቢው እንደያርቀው ኢየሱስን ሲለምን ወደ እርያ ይገባ ዘንድ ሲለምን እናያለን ኢየሱስ ሰውን የጠየቀው ሰለማያውቅ ሳይሆን በርእኩስ መንፈሱ ላይ

ሲዳኝ እንዳደኛ ቃሉን ሲቀበለው ነበር። በተጨማሪም "ሌጊዬን" ማለት እጅግ ብዙ ቁጥር ያላቸው አጋንቶች ሰውየውን አሰረው ታል ማለት ነው።

ኢየሱስ "ሌጊዩን" ወደ እርያ መንጋ ይገባ ዘንድ ፈቀደለት እየ ተንደረደሩ ወደ ሃይቅ ገብተው እርያዎቹ ሰመጡ። አጋንንትን ስናወጣ በእውነት ቃል ነው ማድረግ ያለብን ይህም በውሃ ይመ ሰላል። በሰው ሃይል ሊታሰር የማይችል የነበረውን ሰው ሙሉ በሙሉ ተፈውሶ ተቀምጦ፤ ለብሶ እና ደህና ሆኖ ሲመለከቱት ፈሩ።

በዚህ ግዜ አጋንንትን እንዴት ነው ማባረር ያለብን? ወደ ውሃ በኢየሱስ ክርስቶስ ስም መባረር ይኖርባቸዋል ቃልን የሚወክል ሲሆን ወይም እሳት፤ መንፈስ ቅዱስን የሚወክል ስለሆነ ሃይለ ቸው ይጠፋ ዘንድ። ሆኖም ግን አጋንንቶች መንፈሳዊ አካላት ስለሆኑ የሚባረሩት አጋንንት የማባረር ሃይል ያለው ሰው ሲፀልይ ነው። እምነት የሌለው ሰው ለማባረር ሲሞክር አጋንንቶች በተራ ቸው ያሾፍበታል። ስለዚህ በአጋንንት የተያዘ ሰውን ለመፈወስ፣ አጋንንት የማባረር ሃይል ያለው የእግዚአብሔር ሰው ሊፀልይ ይገባል።

ሆኖም ግን እንዳንዴ አጋንንቶች የእግዚአብሔር ሰው በኢየሱስ ስም ለማባረር ቢፀልይ አይወጡም ይህ የሚሆነው በአጋንንት የተ ያዘው መንፈስ ቅዱስን የተሳደበ ወይም የተናገረ ከሆነ (ማቴዎስ 12፡31፣ ሉቃስ 12፡10) በአንዳንድ በአጋንንት በተያዙ ሰዎች የእው ነትን እውቀት ካገኙ በኋላ (ዕብራውያን 10፡26) ሆን ብለው ሃጥያ

ትን የሚያደርጉ ከሆነ ፈውስ አይገለጥም።

በተጨማሪም በዕብራውያን 6፡4-6 እንዲህ እናገኛለን “አንድ ጊዜ ብርሃን የበራላቸውን ሰማያዊውንም ስጦታ የቀመሱትን ከመንፈስ ቅዱስም ተካፋዮች ሆነው የነበሩትን መልካሙንም የእግዚአብሔርን ቃልና ሊመጣ ያለውን የዓለም ኃይል የቀመሱ ትን በኋላም የካዱትን እንደገና ለንስሐ እነርሱን ማደስ የማይቻል ነው፤ ለራሳቸው የእግዚአብሔርን ልጅ ይሰቅሉታልና ያዋርዱትማ ልና። ”

አሁን ይህን ተምረናል፤ ስለዚህ ንስሃ የማናገኝበትን ሀጥያት እንዳንሰራ ራሳችንን መጠበቅ አለብን። እንዲሁም በእውነት አንድ በአጋንንት የተያዘ ሰው በፀሎት ይፈወስ አይፈወስ መለየት አለብን።

2. ራስን በእውነት ማስታጠቅ

አንዴ አጋንንት ከወጣላቸው በኋላ ሰዎች የእግዚአብሔር ቃልን በትጋት በማንበብ በማመስገን፣ በመፀለይ ልባቸውን በህይወት እና በእውነት ሊሞሉ ይገባል።አጋንንት ቢባረሩ እንኳን ሰዎች ራሳ ቸውን በእውነት ሳይጠብቁ በሃጥያት መኖርን ከቀጠሉ አጋንንት ተመልሶ ይመጣል። በዚህ ግዜ እጅግ የባሰ ክፉ በሆነ አጋንንት ይያዛሉ። ልብ በሉ የሰዎቹ ሁኔታ የመጀመሪያ አጋንንት ከያዛቸው የባሰ ይሆናል።

በማቴዎስ 12፡43-45 ላይ ኢየሱስ የሚከተለውን ይነግረናል።

"ርኩስ መንፈስ ግን ከሰው በወጣ ጊዜ፥ ዕረፍት እየፈለገ ውኃ በሌለበት ቦታ ያልፋል፥ አያገኝምም።በዚያን ጊዜም፡- ወደ ወጣሁበት ቤቴ እመለሳለሁ ይላል፤ ቢመጣም ባዶ ሆኖ ተጠ ርጎና አጊጦ ያገኘዋል።ከዚያ ወዲያ ይሄድና ከእርሱ የከፉትን ሰባት ሌሎችን አጋንንት ከእርሱ ጋር ይወስዳል፥ ገብተውም በዚያ ይኖራሉ፤ ለዚያም ሰው ከፊተኛው ይልቅ የኋለኛው ይብ ስበታል። ለዚህ ክፉ ትውልድ ደግሞ እንዲሁ ይሆንበታል። "

አጋንንቶች ጥንቃቄ በጎደለው መልኩ አይበረሩም። በተጨማ ሪም አጋንንቶች ከተባበሩ በኋላ የወጣለት ሰው ጓደኞች እና ቤተ ሰቦች ይህ ሰው ከዚህ ቀደም የተሻለ ፍቅር የሚፈልግ መሆኑን መረዳት ይኖርባቸዋል። በጥሞና እና በመስዋዕትነት ሊንከባከበት እና ሙሉ ፈውስን አስኪቀጠል ደረስ በእውነት ሊጋርዱት ይገባል።

ለሚያምን ሁሉ ይቻላል

በማርቆስ 9፡17-27 ላይ ዲዳ እና የሚጥል በሽታ መንፈስ የተ ያዘውን ብላቴና ኢየሱስ የልጁን አባት እምነት አይቶ ሲፈውስ እን መለከታለን። ይህ ብላቴና እንዴት ፈውስን እንዲተቀበለ በአጭሩ እንፈትሽ።

1. ቤተሰቡ እምነት ሊያሳይ ይገባል

በማርቆስ 9 ላይ ያለው ብላቴና ከአጋንንት መያዝ የተነሳ ከው ልደት ጀምሮ ዲዳ እን ደንቆሮ ሆኖ ነበር። ምንም የሚረዳው ቃል ስላልነበር መግባባት አይችልም። በተጨማሪም የሚጥል በሽታ መቼ እና የት እንደሚከሰት መለየት ከባድ ነበር። ከዚህ የተነሳ አባ ትየው በሰቀቀን እና በፍርሃት ነበር የኖረው የህይወት ተስፋ ጠፍ ቶበት ነበር።

አባትዬው አንድ ቀን የገሊላው ሰው ድንቅ እና ተዓምራ ትን እያደረገ እንደሆነ ሙታንን እያስነሳ ብዙ በሽታዎችን እየፈ ወሰ መሆኑን ሰማ። የዚህን ሰው ተስፋ መቁረጥ የተስፋ ብርሃን አገኘው። የሰማው ዜና ትክክል ከሆነ አባትየው ይህ የገሊላ ሰው ልጅን እንደሚያድንለት አመነ። እድልን ፍለጋ አባትዬው ልጁን ወደ ኢየሱስ አመጣው፤ እንዲህ አለው "ቢቻልህ ግን እዘንልን እር ዳንም" (ማርቆስ 9፡22)

ኢየሱስ የአባትዬው የልብ ጥያቄ ካዳመጠ በኋላ "ቢቻልህ ትላለህ፤ ለሚያምን ሁሉ ይቻላል" (ቁጥር 23) አለው። አባትየ ውን ስለትንሽ እምነቱ ገሰፀው። አባትዬው ዜናውን ሰምቷል ነገር ግን በልቡ አላመነውም። አባትዬው ኢየሱስ የእግዚአብሔር ልጅ ሁሉን ቻይ እና እውነት ራሱ መሆኑን አውቆ ቢሆን ኖሮ "ቢቻልህ" ባላለ ነበር። እግዚአብሔር ያለ እምነት ማስደሰት እንደማይቻል እና አንድ ሰው በሚያምንበት ፍፁም እምነት ከሌላው መልስን መቀበል እንደማይችል ሊያስተምረን "ቢቻልህ" የሚለው "አነሳ እምነትን" ኢየሱስ ገሰፀው።

በአጠቃላይ እምነት በሁለት አይነት ሊከፈል ይችላል። “የስጋ እምነት” ወይም “እምነት እንደ እውቀት” አንድ ሰው ባየው ሊያምን ይችላል። ሣያይ የሚያምን “መንፈሳዊ እምነት” ይባላል፡ ፡ “እውነተኛ እምነት” “ህያው እምነት” ወይም “በስራ የተደ ገፈ እምነት” እንደዚህ አይነት እምነት ከምንም ነገር አንድን ነገር መፍጠር ይችላል። “እምነት” በመፅሃፍ ቅዱስ ውስጥ ለው ትርጓሜ “እምነትም ተስፋ ስለምናደርገው ነገር የሚያስረግጥ፥ የማናየውንም ነገር የሚያስረዳ ነው።” (ዕብ 11፡1) ነው።

በሰው መዳን በሚችል በሽታ ሰዎች ሲታመሙ በመንፈስ ቅዱስ ተሞልተው እምነታቸውን ሲያሳዩ በሽታው በመንፈስ ቅዱስ እሳት ተበልቶ ይፈወሳሉ። በእምነት ህይወት ጀምረ የሆነ ሰው ቢታመም ቃሉን በከፈተ እና ቃሉን በሰማ ግዜ እና እምነቱን በገለጠ ግዜ ይፈወሳል። እንደ የበሰለ ክርስቲያን ሲታመም ከመን ገዱ በንስሃ ሲመለስ ይፈወሳል።

በህክምና ሳይንስ ሊድን በማይችል በሽታ ሰዎች ሲታመሙ ታላቅ የሆነ እምነትን ማሳየት ይኖርባቸዋል። እምነት ያለው በሳል ክርስቲያን ከታመመ፤ ልቡን በንስሃ ልቡን ሲያፈስ እና ሲፀልይ ይፈወሳል። አንድ ሰው ትንሽ ወይም ምንም እምነት የሌለው ሰው ከታመመ በእምነቱ እደገት መጠን እምነትን ካልሰጠ ሊፈወስ አይችልም ይህን ሲያደርግ የፈውስ ስራ ይገለጣል።

በአካላቸው ስንኩላን የሆኑ፣የሰውነት ቅርፃቸው የተበላሸ እና የዘር በሽታዎች ሊድኑ የሚችሉት በእግዚአብሔር ተዓምር ነው። ስለዚህ ለእግዚአብሔር መሰጠትን እና እርሱን የሚወዱበትን እና የሚያስደስቱትን እምነት ማሳየት አለባቸው። ይህ ሲሆን ነው እግ

ዚአብሔር እምነታቸውን እውቅና ሰጥቶ ፈውስን የሚገልጠው፡ ፡ ሰዎች ፅኑ የሆነእምነታቸውን ለእግዚአብሔት ሲሳዩ ልክ በርተ ለሚዮስ ኢየሱስን በጠራበት አግባብ (ማርቆስ 10፡46-52) መቶ አለቃው ታላቅ እምነቱን ለኢየሱስ ባሳየነት (ማቴዎስ 8፡5-13) እና ሽባ የነበረው ሰው እና አራቱ ጓደኞቹ ባሳዩት እምነት እና መሰጠት (ማርቆስ 2፡3-12) እግዚአብሔር ፈወስን ይሰጣቸዋል።

በተመሳሳይ መልኩ በአጋንንት የተያዙ ሰዎች ካለ እግዚአብ ሔር ስራ መፈወስ ስለማይችሉ እና እምነት ማሳየት ስለማይችሉ ከመንግስት ሰማያት ፈውስን ለማግኘት ሌሎች የቤተሰብ አባላት በሁሉን ቻይ እግዚአብሔር ያምኑ ዘንድ ይቀርቡ ዘንድ ይገባል።

2. ሰዎች ለማመን የሚስችል እምነት ሊኖራቸው ይገባል

ለረጅም ግዜ ልጁ በአጋንንት ተይዞ የነበረበት አባት አነስ ተኛ እምነት ሰለነበረው ኢየሱስ ገስጾት ነበር። “ለሚያምን ሁሉ ይቻላል” ብሎ ኢየሱስ ሲናገር (ማርቆስ 9፡23) የአባትዬው አንደ በት አዎንታዊ የሆነ ንግግር ጀመረ “አምናለሁ” ነገር ግን ማመኑ በእውቀት ብቻ ነበር። ለዚህ ነው አባዬው ኢየሱስን “አለማመኔን እርዳው” (ማርቆስ 9፡24) ሲል የተማፀነው። የአባትየውን ልምና ከልቡ መሆኑን ኢየሱስ ሲረዳ አባትው የሚያምንበትን እምነት ሰጠው።

በተመሳሳይ ሁኔታ ወደ እግዚአብሔር የምናምንበትን እምነት አንቀበል ዘንድ መጨህ አለብን፤ በዚህ አይነት እምነት ለችግሮ ቻችን መልስን ለመቀበል የተገባን እንሆናለን፤ “የማያቻለው”

"የሚቻል" ይሆናል።

አባትዬው የሚያምንበትን እምነት በያዘ ግዜ ኢየሱስ "አንተ ዲዳ ደንቆሮ መንፈስ እኔ አዝሃለሁ ከእርሱ ውጣ እንግዲህም አት ግባበት" ብሎ ሲያዝ ክፉ መንፈስ በቅጽበት ወጣ (ማርቆስ 9፡25-27) የአባትዬው አፍ የሚያሞላበትን እምነት በለመነ ግዜ እና የእ ግዚአብሔር ጣልቃገብነት በጠየቀ ግዜ- ኢየሱስ ከገሰፀው በኋላ እንኳን ኢየሱስ ታላቅ የሆነ የፈውስ ስራን ገለጠ።

ኢየሱስ መልስን ሰጠ እና ለልጁ ሙሉ እረፍትን ከሚጥል በሽታ፣ አረፋ ከሚያስናፍቀው፤ ጥርሱን ከሚያንገጫግጨው ሰጠው። በእግዚአብሔር ሃይል የሚያምኑ በእርሱ ሁሉ ነገር የሚቻል እና በቃሉ ለሚኖሩ እንዴት አድርጎ ሁሉን ደህና እያደረገ ላቸው እና ጤናማ ህይወትን እንደመሩ እያደርግላቸው?

ማንሚን እንደተመሰረተች አካባቢ ከገንግ-ዋን ግዛት አንድ ወጣት ዜናውን ሰምቶ ሊጎበኘን መጣ። ይህ ወጣት ሰው እግ ዚአብሔር በታማንኝት እያገለገለ ያሰብ ነበር። የሰንበት ትም ህርት መምህር እና የመዘምራን ቡድን አባል ነበርና። ነገር ግን በጣም ኩሩ ስለነበረ እና ከልቡ ክፍትን አውጥቶ ስላልጣለ ይል ቁንስ ክፍትን ስላከማቸ አጋንንት ወደ ቆሸሸ ልቡ ገብቶ ይኖር ነበር። የፈውስ ስራ በእውነትና ፀሎት እና በእርሱ አባት መሰጠት ተጋለጠ። የአጋንንትን ማንነት ከተለየ በኋላ እና በፀሎት ከተባ ረረ በኋላ ይህ ወጣት ሰው አረፋ ደፈቀ በጀርባው ተኛ እና መጥፎ ጠረን አወጣ። ከዚህ ክስተት በኋላ የዚህ ወጣት በእውነት እርሱን በቤተክርስቲያናችን ካስታጠቀችው በኋላ ህይወቱ ታደሰ አሁን

ወደ ጋንግ-ዋን ተመልሶ ቤተክርስቲያኑን በታማኝነት ያገለግላል ለብዙ ሰዎች የፈውስ ምስክርነቱን እያካፈለ ለእግዚአብሔር ክብርን እየሰጠ ይገኛል።

የእግዚአብሔር ስራ ወሰን አልባ መሆኑን እና ሁሉ በእርሱ የሚቻል መሆኑን ተረድታችሁ ፀሎታችሁ የተባረከ የእግዚአብሔር ልጅ መሆን ብቻ ሳይሆን የተባረከ ቅዱሳን ሁሉ ነገር ሁሌ ደህና ይሆንላችሁም ጭምር የምትፀልዩ ሁናችሁ ትባረኩ ዘንድ በጌታ ስም ፀለይኩ!

ምዕራፍ 7

—— ✦ ——

የለምፃሙ ንዕማን እምነት እና መታዘዝ

2ኛ ነገስት 5፡9-10 ፤ 14

"ንዕማንም በፈረሱና በሰረገላው መጣ፣ በኤልሳዕም ቤት ደጃፍ ውጭ ቆመ።ኤልሳዕም፦ ሂድ፣ በዮርዳኖስም ሰባት ጊዜ ታጠብ ሥጋህም ይፈወሳል፣ አንተም ንጹሕ ትሆናለህ ብሎ ወደ እርሱ መልእክተኛ ላከ። ወረደም፣ የእግዚአብሔርም ሰው እንደ ተናገረው በዮርዳኖስ ሰባት ጊዜ ብቅ ጥልቅ አለ ሥጋውም እንደ ገና እንደ ትንሽ ብላቴና ሥጋ ሆኖ ተመለሰ፣ ንጹሕም ሆነ።"

ለምፃሙ የሰራዊት አለቃ ንዕማን

በህይወት ዘመናችን ትልቅ እና ትንሽ ችግሮች የጋጥመናል፡ ፡ አንድ አንዴ ከሰው አቅም በላይ የሆኑ ችግሮችን አንጋፈጣለን፡ ፡ ከእስራኤል ሰሜናዊ አቅጣጫ ላይ የነበረ የጦር አዛዥ ንዕማን የሚባል ሶርያዊ ሰው ነበር። የጦሩ ታላቅ ድል የመራ ጀግና ሰው ነበር። ንዕማን ሃገሩን የሚወድ እና ንጉሱን በታማኝነት የሚያገለ ግል ሰው ነበር። ንጉሱ ንዕማንን ከፍ ከፍ ቢያደርገውም ንዕማን ግን ማንም የማያውቀው በሚስጥር የያዘው ችግር ስለነበረበት ያስጨነቀው ነበር።

የጭንቀቱ መንስኤ ምን ነበር? ይሰቃይ የነበረው ሃብት ወይም ዝና ሰላጣ አይደለም። ደስታ የራቀው እና ያዘነው ለምፅ የሚባል በሽታ ስለነበረበት። በዛን ግዜ የነበረው ህክምና ፈፅሞ ሊያስነው የሚችል አልነበረም።

በንዕማን ዘመን በለምፅ የተያዙ ሰዎች እርኩስ ተደርገው ይቆጠሩ ነበር። ከከተማ ቅጥር ርቀት ተለይተው እንዲኖሩ ይደረግ ነበር። የንዕማን ስቃይ ለመሸከም የማይቻል ነበር ይህም የለምፅ ምልክቶች በሰውነት ላይ የሚታዮ በፊት ላይ የሚወጡ በእጅ እና በእግር በሚታይ በተለይ በፊት ላይ የሚወጣ እንዲሁም ስሜትን ያጠፋሉ። በጣም ሲከፋ ቅንድብ፤ ጥፍር ይወድቃሉ የአንድ ሰው ገጽታ አስፈሪ ያደርጋሉ።

አንድ ቀን ንዕማን ሊድን በማይችል በሽታ ውስጥ ሆኖ ደስታ ርቆት ሳለ ይህን መልካም ዜና ሰማ። አንዲት ምርኮኛ ሆና የሄደች እስራኤላዊ ብላቴና ሚስቱን ታገለግል ነበር እና በሰማርያ አንድ

ነብይ እንዳለ እና ከለምፅ እንደሚያድነው ተናገረች ለመፈወስ የማያደርገው ምንም ነገር ስለሌለ፤ ንዕማን ስላለበት በሽታ እና የቤቱ አገልጋይ ስለነገረችው ዜና ለንጉስ ተናገረ። ታማኝ የሆነ የጦር መሪውን ከለምጽ ይፈወስ ዘንድ ንጉስ ከሰማ በኋላ ለን ዕማን ታላቅ ትብብርን አደረገለት፤ ለእስራኤል ሀገር ንጉሱም ደብዳቤ ፃፈለት።

ንዕማን ወደ እስራኤል ሄደ አስር የብር መክሊት፤ ስድስት ሺህ የወርቅ ስቅል እና አስር መለወጫ ልብስ እና የንጉሱን ደብዳቤ ይዞ ተነሳ። ደብዳቤው "ለእስራኤልም ንጉሥ፡- ይህች ደብዳቤ ወደ አንተ ስትደርስ ባሪያዬን ንዕማንን ከለምጹ ትፈውሰው ዘንድ እንደ ሰደድሁልህ እወቅ (ቁጥር 6) ይላል። በዛን ግዜ ሶርያ ከእስ ራኤል የበለጠ ጠንካራ ሀገር ነበረች:: ንጉስ የተፃፈውን ደብዳቤ የእ ስራኤል ንጉስ ከተቀበለ በኋላ "ሰውን ከለምጹ እፈውስ ዘንድ ይህ ሰው ወደ እኔ መስደዱ እኔ በውኑ ለመግደልና ለማዳን የምችል አምላክ ሆኜ ነውን? ተመልከቱ፥ የጠብ ምክንያትም እንደሚፈል ግብኝ እዩ አለ" (ቁጥር7)።

የእስራኤል ነብይ የነበረው ኤልሳዕ ዜናውን በሰማ ግዜ ወደ ንጉስ መጥቶ እንዲህ አለ "ልብስህን ለምን ቀደድህ? ወደ እኔ ይምጣ፥ በእስራኤልም ዘንድ ነቢይ እንዳለ ያውቃል ብሎ ወደ ንጉሡ ላከ።" (ቁጥር 8) የእስራኤል ንጉስ ንዕማንን ወደ ኤልሳዕ ቤት በላከው ግዜ ነብዩ የጦር መሪውን አላገኘውም በመልዕክተ ኛው እንዲህ የሚል መልዕክት ላከ"ሂድ፥ በዮርዳኖስም ሰባት ጊዜ ታጠብ ሥጋህም ይፈወሳል፥ አንተም ንጹሕ ትሆናለህ "(ቁጥር 10)

በሰረገላ ወደ ኤልሳዕ ቤት ለሄደው ለንዕማን ይህ ጉዳይ እንዴት ግራ የሚያጋባ ነገር አይሆንበት? ነብዩ ሳይቀበላው እና ሳይሰናግደው ሲቀር ይህ የቦር አዛዣ ተናደደ፤ አስቦ የነበረው ከእ ስራኤል ሃገር የበለጠ ጠንካራ ሃገር ጦር አዛዥ ሲመጣ ነብዩ ሞቅ አድርጎ እንደሚቀበለው ነበር የመሰለው፤ በተቃራኒው ነብዩ የቀዘ ቀዘ እንግዳ አቀባበል አደረገ፤ ይባስ ብሎ አነስተኛ እና ቆሻሻ በሆነ የዮርዳኖስ ወንዝ ይታጠብ ዘንድ አዘዘው።

በቁጣ ብዛት ንዕማን ወደ ሃገሩ ለመመለስ አሰበ "ንዕማን ግን ተቈጥቶ ሄደ፥ እንዲህም አለ፦ እነሆ፥ ወደ እኔ የሚመጣ፥ ቆሞም የአምላኩን የእግዚአብሔርን ስም የሚጠራ፥ የለምጹንም ስፍራ በእጁ ዳስሶ የሚፈውሰኝ መስሎኝ ነበር።" (ቁጥር 11-12) ወደ ሃገሩ ለመመለስ እየተዘጋጀ ሳለ ለንዕማን በርያዎቹ ለመኑት (ቁጥር 13) አለቃቸው የኤልሳዕን ትዕዛዝ ይፈፅም ዘንድ አግባቡት።

ንዕማን ሰባት ግዜ ኤልሳዕ እንዳዘዘው በጠለቀ ግዜ ምን ሆነ? ሰጋው እንደ ትንሽ ብላቴና ሆኖ ተመለሰ። ንዕማንን ብዙ ያስጨነ ቀው የለምፅ በሽታ ሙሉ በሙሉ ተፈወሰ። በሰው ሊድን ያልቻለ በሽታ በንዕማን መታዘዝ በመፈወሱ የጦር መሪው ህያው እግዚአ ብሔርን እና የእግዚአብሔርን ሰው ኤልሳዕን አመሰገነ።

የህያው የእግዚአብሔርን ሃይል ከቀመሰ በኋላ ከለምዕ መፈወስ የሚችል እግዚአብሔር ንዕማን ወደ ኤልሳዕ እንደዚህ ሲል ተናገረ "እርሱም ከጭፍራው ሁሉ ጋር ወደ እግዚአብሔር ሰው ተመለሰ፥ ወጥቶም በፊቱ ቆመና፦ እነሆ፥ ከእስራኤል ዘንድ በቀር በምድር ሁሉ አምላክ እንደሌለ አወቅሁ አሁንም ከባሪያህ በረከት ትቀበል ዘንድ እለምንሃለሁ አለ።እርሱም፦ በፊቱ የቆም

ሁት ሕያው እግዚአብሔርን! አልቀበልም አለ። ይቀበለውም ዘንድ ግድ አለው፤ እርሱ ግን እንቢ አለ።ንዕማንም፡- እኔ ባሪያህ ከእንግ ዲህ ወዲህ ከእግዚአብሔር በቀር ለሌሎች አማልክት የሚቃጠል መሥዋዕት ወይም ሌላ መሥዋዕት አላቀርብምና ሁለት የበቅሎ ጭነት አፈር እንድወስድ እሺ ትለኝ ዘንድ እለምንሃለሁ።"

ለእግዚአብሔር ክብርን ሰጠ (2ኛ ነገስት 5፡15-17)

የንዕማን እምነት እና ተግባር

በመቀጠል ፈዋሹን እግዚአብሔርን አግኝቶ ከማይድን በሽታ የተፈወሰው የንዕምንን እምነት እና ተግባር እንፈትሽ።

1. የንዕማን በጎህሊና

አንድ አንድ የሰዎችን ቃላትን ሊቀበሉ እና ሲያምኑ ሌሎች ደግሞ ያለምንም ሁኔታ መጠራጠር እና ሌሎችን አያምኑም፡ ፡ ንዕማን በጎ ህሊና ስለነበረው የሰዎችን የንግግር ቸላ ሳይል በት ህትና ተቀበለ። ወደ እስራኤል ሊሄድ የኤልሳዕን ትዕዛዝ ይታዘዘ እና ፈውስን ሊቀበል የቻለው ሚስቱን የምታገለግላውን ታናሽ ብላቴና ቃል ሣይንቅ ጉዳዬ ብሎ ስለሰማ እና ስላመነ ነው። ይህች ታናሽ ብላቴና በምርኮ መጥታ ሚስቱን እያገለገለች ሳለ፤ "ጌታም በሰማርያ ካለው ከነብዩ ፊት ቢደርስ ኖሮ ከለምጽ በፈወሰው ነበር" (ቁጥር 3) ብላ ስትናገር ንዕማን አመናት። እናንተ በንዕማን ቦታ ላይ ብትሆኑ ኖሮ ምን ታደርጉ ነበር? ሙሉ በሙሉ ንግግሯን ትቀበሉ ነበር?

በዚህ ዘመን የህክምና ሳይንስ ባደገበት ግዜ መድሃኒት ፋይዳ ቢስ የሚሆንባቸው ብዙ በሽታዎች አሉ።ለሌሎች በእግዚአብሔር እንደተፈወሳችሁ ብትናገሩ ወይም ከተፀለያላችሁ በኋላ መፈወ ሣችሁን ብትናገሩ ምን ያህል ሰው ሊያምናችሁ ይችላል? ንዕማን በታናሺቱ ብላቴና ቃል አመነ፤ የንጉሱን ፈቃድ ጠየቀ፤ ወደ እስራ ኤል ሄዳ ከለምፅም ተፈወሠ። በሌላ ቃል ንዕምን በጎ ህሊና ስለነበ ረው ይህች ብላቴና ስትመሰክርለት እና እንዳለችሁ ለማድረግ ቃላ ቶቻን ተቀበለ። አንድ ልብ ልንል የሚገባን ነገር ወንጌልን ስንናገር ለችግሮቻችን መልስን መቀበል የምንችለው በሰብከቱ ሰናምን እና ንዕማን እንዳደረገው ወደ እግዚአብሔር ሰንመጣ ነው።

2. ንዕማን የራሱን ሃሳብ ተወ

ንዕማን በንጉሱ እገዛ ወደ ኤልሣዕ ቤት በደረሰ ግዜ ነብዩ በቀ ዝቃዛ አቀባበል ነበር የተቀበለው። በንዕማን ፊት ኤልሳዕ ማለት በጣም ታዋቂ ሰው አይደለም ነገር ግን ይህ ሰው የሰርያ ንጉስ ታምኝ አገልጋይ የሆነን ሰው ሞቅ ባለ እና አግባብ ባለው ሁኔታ ሳይቀበል በመልዕክተኛው በኩል በዮርዳኖስ ሰባት ግዜ ይታጠብ ዘንድ መልዕክትን ላከበት። ንዕማን በጣም የተናደደበት ሌላው ምክንያት የሰርያ ንጉስ በቀጥታ ልኮት ስለነበር ነው። በተጨማ ሪም ኤልሳዕ እጅን አልጫነበትም ነገር ግን ንፁህ ባልሆነው በዮር ዳኖስ ወንዝ ሰባት ግዜ ቢታጠብ እንደሚነጻ ነገረው።

ንዕማን በኤልሳዕ ላይ እና በተግባሩ ላይ ተቆጣ በእርሱ ሀሳብ በምንም በኩል ሊረዳው አልቻለም። ወደ ሃገሩ ሊመለስ ተዘጋጀ በሃገሩ ከዮርዳኖስ የተሸሉ ንፅህ እና ትልልቅ ወንዞች እንዳሉ አሰበ

በነዛ ቢታጠብም ያው እንደ ሆነ አሰበ። በዚህ ግዜ የንዕማን ባርያ ዎች የኤልሳዕን ትዕዛዝ ይቀበል ዘንድ አግባቡት በዮርዳኖስ ወንዝ ታጠበ።

ንዕማን መልካም ህሊና ስለነበረው ይህ የጦር መሪ በራሱ ሃሣብ ብቻ ድርቅ አላለም፤ የኤልሳዕን ሃሣብ ለመታዘዝ ወሠነ ወደ ዮርዳኖስም አቀና። በማህበራዊ አቋማቸው እንደ ንዕማን በታ ላይ ያሉ ሰዎች ምን ያህሉ ናቸው ከነሱ ያነሠ በታ ባላቸው ሰዎች የቀረበላቸውን አማራጭ ሃሳብ የሚሰሙት?

በኢያሳያስ 55፡8-9 ላይ እንደምናገኘው "አሳቤ እንደ አሳባ ችሁ መንገዳችሁም እንደ መንገዴ አይደለምና፥ ይላል እግዚአብ ሔር፡ሰማይ ከምድር ከፍ እንደሚል፥ እንዲሁ መንገዴ ከመንገዳ ችሁ አሳቤም ከአሳባችሁ ከፍ ያለ ነው።፡" የሰውን ሃሳብ እና ቲዮሪ ሙጥኝ ስንል የእግዚአብሔርን ቃል መታዘዝ አንችልም። የንጉስ ሳኦልን መጨረሻ እስቲ እናስብ እርሱ እግዚአብሔርን ሣይታዘዝ ቀረ የሰው ሃሳብን አስገብተን የእግዚአብሔር ሃሳብ አንታዘዝም ስንል ይህ ያለመታዘዝ ስራ ነው፤ አልመታዘዛችንን ደግሞ ካልተገነ ዘብን፤ እግዚአብሔርን ንጉስ ሳኦልን እንደተወው ሊተወን እንደሚ ችል ማሰብ አለብን።

በ1ኛ ሳሙኤል 15፡22-23 "ሳሙኤልም፡- በውኑ የእግዚአብሔ ርን ቃል በመስማት ደስ እንደሚለው እግዚአብሔር በሚቃጠልና በሚታረድ መሥዋዕት ደስ ይለዋልን? እነሆ፥ መታዘዝ ከመሥዋ ዕት፥ ማዳመጥም የአውራ በግ ስብ ከማቅረብ ይበልጣል።ዓመፀ ኛነት እንደ ምዋርተኛ ኃጢአት፥ እልከኝነትም ጣዖትንና ተራፊምን እንደ ማምለክ ነው፤ የእግዚአብሔርን ቃል ንቀሃልና እግዚአብሔር ንጉሥ እንዳትሆን ናቀህ አለ።" እንዲህ ሲል ተናግሯል። ንዕማን

ሁለት ግዜ አስቦ የራሱን ሃሳብ በመተው የእግዚአብሔር ሰው የኤ ልሳዕን ሃሳብ ተከተለ።

በተመሳሳይ መልኩ የማይታዘዝ ልባችን አውጥተን ሰንጥል እና እንደ እግዚአብሔር ፈቃድ ወደ መታዘዝ ልብ ስንለውጥ ብቻ ነው የልባችንን መሻት ልንቀበል የምንችለው።

3. ንዕማን የነብዮን ቃል ታዘዘ

የኤልሳዕን ትዕዛዝ በመቀበል ንዕማን ወደ ዮርዳኖስ መንዝ ወረዶ ታጠበ። ከዮርዳኖስ ወንዝ የሚሰፉ እና የነፁ ሌሎች ወንዞች ነበሩ ነገር ግን የኤልሳዕ ወደ ዮርዳኖስ የሚሄድ ትዕዛዝ መንፈሳዊ ትርጉም ነበረው። የዮርዳኖስ ወንዝ ድነትን ያመለክታል። ውሃ የሰውን ሃጥያት አጥብ ወደ ድነት የሚያበቃውን የእግዚአብሔር ቃል የሚወክል ነው። (ዮሃ 4:14)

ኤልሳዕ ንዕማን በዮርዳኖስ ወንዝ ይታጠብ ዘንድ የፈለ ገው ወደ ድነት ስለሚመራው ነው። የቱንም ያህል ሌሎች ወንዞች ሰፊ እና ንፁህ ቢሆኑም ከእግዚአብሔር ጋር የተገናኙ ስላልሆኑ ሰዎችን ወደ ድነት አይመሩም። ስለዚህ በእነዚህ ውሃዎች የእግዚአ ብሔር ስራ ሊገለጥ አይችልም።

ኢየሱስ በዩሃንስ 3፡5 ላይ እንደነገርን "እውነት እውነት እልሃ ለሁ፥ ሰው ከውኃና ከመንፈስ ካልተወለደ በቀር ወደ እግዚአብሔር መንግሥት ሊገባ አይችልም።" ንዕማን ራሱን በዮርደኖሰ ወንዝ በማጠቡ ይቅርታን የሚቀበልበት መንገድ ተከፈተለት፡ ህያው እግ ዚአብሔር መገናኘት ቻለ።

ለምንድን ነው ታዲያ ንዕማን ሰባት ግዜ ይታጠብ ዘንድ የተ

ደረገው? "7" ቁጥር ፍፅምና የሚያመለክት ቁጥር ነው። ንዕማንን ሰባት ግዜ ይታጠብ ዘንድ ይህ የጦር መሪ ለሃጥያቱ ሰርየትን ይቀበል እና ለእግዚአብሔር ቃል በሙሉ ይኖር ዘንድ እየነገረው ነው። ይህ ሲሆን ብቻ ነው ሁሉን ማድረግ የሚቻለው እግዚአብሔር የማይፈውሱ በሽታዎችን የመፈወስ ስራውን የሚገልጠው።

ስለዚህ ንዕማን ከለምፅ መፈወሱን እናያለን፤ ይህ በሽታ መድሃኒትም ሆነ የሰው ሃይል የሚችለው አይደለም የዳነው የነብዩን ቃል ስለታዘዘ ነው። ቅዱሳን መጽሃፍት በግልፅ እንዲህ ይነግረናል"የእግዚአብሔር ቃል ሕያው ነውና፥ የሚሠራም፥ ሁለትም አፍ ካለው ሰይፍ ሁሉ ይልቅ የተሳለ ነው፥ ነፍስንና መንፈስንም ጅማትንና ቅልጥምንም እስኪለይ ድረስ ይወጋል፥ የልብንም ስሜትና አሳብ ይመረምራል፤እኛን በሚቆጣጠር በእርሱ ዓይኖቹ ፊት ሁሉ ነገር የተራቆተና የተገለጠ ነው እንጂ፥ በእርሱ ፊት የተሰወረ ፍጥረት የለም።" (ዕብራውያን 4:12-13)

ንዕማን ሁሉን በሚችለው በእግዚአብሔር ፊት ቀረበ፣ ሃሳቡን ተወ ንስሃ ገባ፣ ፍቃዱን ታዘዘ፣ ንዕማን ራሱን ሰባት ግዜ በዮርዳኖስ ውስጥ ሲያስገባ፤ እግዚአብሔርም እምነቱን ተመለከተ ከለምፅ ፈወሰው የንዕማን ሰውነት ታድሶ እንደ ብላቴና ስጋ ሆነ ተመለሰለት።

የለምፅ በሽታ ሊፈወስ የሚቻለው በእግዚአብሔር ሃይል ብቻ መሆኑን በማሳየት እግዚአብሔር እየነገረን ያለው ሊድኑ የማይችሉ በሽታዎች ሊፈወሱ የሚችሉት እግዚአብሔር በተግባር በተደገፈ እምነት ስናስደስተው መሆኑን ነው።

ንዕማን ለእግዚአብሔር ክብርን ሰጠ

ንዕማን ከለምፅ ከተፈወሰ በኋላ ወደ ኤልሳዕ መጥቶ መሰከረ "እነሆ፥ ከእስራኤል ዘንድ በቀር በምድር ሁሉ አምላክ እንደሌለ አወቅሁ አሁንም ከባሪያህ በረከት ትቀበል ዘንድ እለምንሃለሁ አለ።" (2ኛ ነገስት 5፡15) እና "ንዕማንም፦ እኔ ባሪያህ ከእንግዲህ ወዲህ ከእግዚአብሔር በቀር ለሌሎች አማልክት የሚቃጠል መሥዋዕት ወይም ሌላ መሥዋዕት አላቀርብምና ሁለት የበቅሎ ጭነት አፈር እንድወስድ እሺ ትለኝ ዘንድ እለምንሃለሁ።" (ቁጥር 17) ለእግዚአብሔር ክብርን ሰጠ።

በሉቃስ 17፡11-19 ላይ አስር ለምፃሞች ተፈወሱ አንዱ ብቻ ተመልሶ ለኢየሱስ በመስገድ እና ከፍ ባለ ድምፅ ለእግዚአብሔር ምስጋናን ሲያቀርብ እንመለከታለን።

በቁጥር 17-18 ኢየሱስ እንዲህ ሲል ጠየቀ "አሥሩ አልነጹ ምን? ዘጠኙስ ወዴት አሉ?" በ19 ቁጥር ላይ ለሰውዬው እንዲህ አለው እርሱንም፦ ተነሣና ሂድ፤ እምነትህ አድኖሃል አለው።።።" በእግዚአብሔር ሃይል ፈውስን ስንቀበል ለእግዚአብሔር ብቻ ክብር ማምጣት እና ኢየሱስ ክርስቶስን መቀበል እና ወደ ድነት መድረስ እና በእግዚአብሒየር ቃል መኖርም ጭምር አለብን።

ንዕማን ከለምፅ የሚፈወስበት እምነት እና ተግባር ነበረው በእርሱ ዘመን ሊድን የማይችል በሽታ ነበር። መልካም ህሊና ስለነበረው ተማርካ የነበረች ብላቴና የነገረችውን ቃል አመነ። እምነት ስለነበረው ለነብዩ ውድ ስጦታዎችን አዘጋጀ። ምንም እንኳን የነብዩ ኤልሳዕ ትዕዛዝ ከእርሱ ሃሳብ ጋር የተስማማ ባይሆንም የመታዘዝ ስራን ሰራ።

አህዛብ የነበረው ንዕማን ሊድን የማይችል በሽታ ቢያሰቃየውም ህያው እግዚአብሔር አግኝቶ ፈውስን አገኘ። ከሁሉ ቻዩ አምላክ ፊት ቀርቦ እምነቱን በተግባር ማሳየት ከቻለ የቱንም ያህል ችግሩ ከባድ ቢሆንም ለሁሉም ችግሮች መፍትሄን ይቀበላል።

ውድ የሆነ እምነትን ትይዙ ዘንድ፣ እምነትን በተግባር ታሳዩ ዘንድ፣ በህይወት የሚያጋጥማችሁ ለሁሉም ችግሮች መፍትሔን ትቀበሉ ዘንድ እና ለእግዚአብሄር ክብርን የምታመጡ ቅዱሳን ትሆኑ ዘንድ በጌታችን ስም ፀለይኩ!

ፀሃፊው:
ዶ/ር ጄይሮክ ሊ

ዶ/ር ጄይሮክ ሊ የተወለዱት በ ሙዋን ዲኦንናም አውራጃ በኮሪያ ሪፐብሊክ እ.ኤ.አ በ1943 ዓ.ም ነው። በሃያዎቹ የእድሜ ክልል እያሉ በተለያዩ ለሞት በሚያበቁ በሽታዎች ለሰባት ዓመታት ታመው ሞቱን ሲጠባበቁ ሳለ አንድ ቀን እ.ኤ.አ በ1974 ዓ.ም እህታቸው ወደ ቤተክርስቲያን ወሰደቻቸው፤ለመፀለይ በተንበረከኩ ጊዜ ህያው እግዚአብ ሔር ከነበረባቸው በሽታዎች ሁሉ ወዲያውኑ ፈወሳቸው። በዚህ አስደናቂ ልምምድ ህያው እግዚአብሔርን ከተገናኙ ጊዜ ወዲህ ዶ/ር ሊ እግዚአብሔርን በእውነትና በሙሉ ልብ ይወዳሉ። እ.ኤ.አ በ1978 ዓ.ም እግዚአብሔርን ለማገልገል ተጠሩ። የእግዚአብሔርን ፈቃድ በግልጽ ለመረዳት፤ በሙሉ ለመፈጸም ይረዳቸው ዘንድና ቃሉን ለመረዳት ለብዙ ጊዜያት በትጋት በጾምና በፀሎት አሳለፉ። እ.ኤ.አ በ1982 ዓ.ም በሲዮል ኮሪያ የማንሚን ሴንትራል ቤተክርሰቲያን መሠረቱ። በዚህች ቤተክርስቲያን አያሌ የእግዚአብሔር የፈውስ፣ የድንቅና ታዕምራት ሥራዎች ተከናውነዋል።

እ.ኤ.አ በ1986 ዓ.ም ዶ/ር ሊ የኢየሱስ ሰንግክዩል ኮሪያ ቤተክርስቲያን ዓመታዊ ጉባኤ ላይ በመጋቢነት ተሾሙ፤ከአራት ዓምት በኋላ እ.ኤ.አ በ1990 ዓ.ም ስብከታቸው በአውስትራሊያ፣ በራሺያ እና በፊሊፒንስ መሰራጨት ጀመሩ። በአጭር ጊዜ ውስጥ ተጨማሪ ሀገራት በፋር ኢስት ብሮድካስት ድርጅት፣ ኤሺያ ብርድካስት እና ዋሽንግተን ክርሰቲያን ራድዮ ሲሰተም ምክንያት ተደራሽ ሆኑ። ከሦስት ዓመት በኋላ እ.ኤ.አ በ1993 ዓ.ም ማንሚን ሴንትራል ቤተክርስቲያን በክርስቲያን ዎርልድ መጽሔት (ዩ.ኤ.ስ) "ምርጥ 50 ቤተክርስቲያን" መካከል አንዷ ሆና ተመረጠች። ከዚያም በአሜሪካን ሀገር በፍሎሪዳ ግዛት ከሚገኘው ዲቪኒቲ ክርስቲያን ፌይዝ ኮሌጅ የክብር ዶክትሬት ተቀበሉ። እ.ኤ.አ በ1996 ዓ.ም ከኪንግስዌይ ቲዮሎጂካል ሴሚናሪየም የዶክትሬት ድግሪያቸውን በአገልግ ሎት ዘርፍ አሜሪካን ሀገር ከምትገኘው አይዋ ግዛት ተቀበሉ።

እ.ኤ.አ ከ1993 ዓ.ም ጀምሮ ዶ/ር ሊ ዓለምን በወንጌል ለመድረስ እየሠሩ ይገኛል። የክሩሴድ አግልግሎቶችን በታንዛኒያ፣አርጀንቲና፣ ኤል. ኤ፣ ባልቲሞር ሲቲ፣ ሃዋይ፤ በአሜሪካ ኒው ዮርክ ሲቲ፣ ዮጋንዳ፣ ጃፓን፣ ፓኪስታን፣ ኬንያ፣ፊሊፒንስ፣ ሆንዱራስ፣ ህንድ፣ ራሺያ፣ ጀርመን፣ ፔሩ፣ኮንጎ ዲሞክራቲክ ረፐብሊክ፣እስራኤል እና ኢስቶኒያ ተጠቃሽ ናቸው።

እ.ኤ.አ በ2002 ዓ.ም በኮሪያ ባሉ የክርስቲያን ጋዜጦች በባህር ማዶ ስላደረጉት የኃይል አገልግሎቶች "ዓለም አቀፍ የተሀድሶ አገልጋይ" ተብለው እውቅናን አግኝተዋል። በተለይ እጅግ ታዋቂ በሆነው በሜድሰን አደባባይ የተከናወነው "የኒዮርክ 2006 ክሩሴድ" ተጠቃሽ ነበረ። ይህ ፕሮግራም በ220 ሀገራት ተሰራጭቷል። በ"እስራኤል

ዩናይትድ 2009" በኢየሩሳሌም በዓለም አቀፍ ኮንፈረንስ ማዕከል (አይሲሲ) ተዘጋጅቶ ኢየሱስ ክርስቶስ መሲህና አዳኝ እንደሆነ በድፍረት አውጀዋል።

ስብከቶቻቸው በ176 ሀገራት በሳተላይት አማካኝነት እነ በ ጂ ሲኤን ቲቪ ጭምር ይተላለፋሉ። ታዋቂ በሆነው በራሺያ የክርስቲያን መጽሔት ኢን ቪክትሪ /In Victory/ እና የዜና ማሰራጫ በሆነው ክርስቲያን ቴሌ ግራፍ ላደረጓቸው ኃይለኛ የቲቪ መልዕክት አገልግሎት እና የባህር-ማዶ ቤተክርስቲያን መጋቢነት እ.ኤ.አ በ2009 እና 2010 ዓ.ም "ምርጥ 10 ተፅእኖ ፈጣሪ የክርስቲያን መሪዎች" መካከል ተጠቃሽ ናቸው።

እ.ኤ.አ ግንቦት 2013 ዓ.ም የማንሚን ቤተክርስቲያን ምዕመናን ቁጥር ከ120,000 በላይ ደርሷል። በዓለም ላይ 10,000 የሚሆኑ ቅርንጫፍ ቤተክርስቲያናት እና 56 የአካባቢ አጥቢያ ቤተክርስቲያናት ሲኖሯት ከ129 በላይ ሚሲዮናውያን ወደ 23 ሀገራት ተልከዋል። እነዚህም፡-አሜሪካ፣ራሺያ፣ ጀርመን፣ካናዳ፣ ጃፓን፣ ቻይና፣ ፈረንሳይ፣ ህንድ፣ ኬኒያ እና ሌሎችን ይደርሳሉ። ይህ መጽሐፍ በታተመበት ወቅት ዶ/ር ሊ በጠቅላላው 85 መጽሐፍቶችን አሳትመዋል። በጣም ከሚሸጡት መካከል ለመጥቀስ ዘላለማዊ ሕይወትን ከሞት በፊት ማጣጣም፣ ሕይወቴና እምነቴ I እና II፣ መልዕክተ መስቀል፣ የእምነት መለኪያ፣ መንግስተ ሰማያት I እና II፣ እስራኤል ሆይ ንቂ! እና የእግዚአብሔር ኃይል የተባሉትን መጥቀስ ይቻላል። ሥራዎቻቸው በ75 የተለያዩ ቋንቋዎች ተተርጉመ ዋል።

የሚያበረክቷቸው ክርስቲያናዊ ጽሁፎች በእነዚህ መጽሔቶችና ጋዜጦች አምዶች ላይ ይቀርባሉ፣The Hankook Ilbo፣JoongAng Daily፣ The Chosun Ilbo፣ The Dong-A Ilbo፣ The Munhwa Ilbo፣ The Seoul Shinmun፣The Kyunghyang Shinmun፣The Korea Economic Daily፣ The Korea Herald, The Shisa News እና The Christian Press.

በአሁኑ ሰዓት ዶ/ር ሊ የብዙ ማህበራትና ሚሲዮናዊ ድርጅቶች መሪ ናቸው። ከእነዚ ህም መካከል የዩናይትድ ሆሊነስ ቸርች ኦፍ ጅሰስ ክራይስት ሊቀመንበር፣ ማንሚን ወርልድ ሚሽን ፕሬዝዳንት፣ ወርልድ ክርስቲያኒቲ ሪቫይቫል ቋሚ ፕሬዝዳንት፣ ግሎባል ክርስቲያን ኔትወርክ (ሲኤን) መሥራችና የቦርድ ሰብሳቢ፣ ወርልድ ክርስቲያን ዶክተርስ ኔትወርክ (ደብልዊ ሲ ዲ ኤን) መሥራችና የቦርድ ሰብሳቢ፣ ማንሚን ኢንተርናሽናል ሴሚናሪ (ኤም አይ ኤስ) መሥራችና የቦርድ ስብሳቢ ናቸው።

Other powerful books by the same author

Heaven I & II

A detailed sketch of the gorgeous living environment the heavenly citizens enjoy and beautiful description of different levels of heavenly kingdoms.

The Message of the Cross

A powerful awakening message for all the people who are spiritually asleep! In this book you will find the reason Jesus is the only Savior and the true love of God.

Hell

An earnest message to all mankind from God, who wishes not even one soul to fall into the depths of hell! You will discover the never-before-revealed account of the cruel reality of the Lower Grave and Hell.

My Life My Faith I & II

Dr. Jaerock Lee's autobiography provides the most fragrant spiritual aroma for the readers, through his life extracted from the love of God blossomed in midst of the dark waves, cold yoke and the deepest despair.

The Measure of Faith

What kind of a dwelling place, crown and reward are prepared for you in heaven? This book provides with wisdom and guidance for you to measure your faith and cultivate the best and most mature faith.

Spirit, Soul, and Body I & II

A guidebook that gives the reader spiritual understanding of spirit, soul, and body, and helps him find what kind of 'self' he has made so that he can gain the power to defeat darkness and become a person of spirit.

Awaken, Israel

Why has God kept His eyes on Israel from the beginning of the world to this day? What kind of His providence has been prepared for Israel in the last days, who await the Messiah?

Seven Churches

The letter to the seven churches of the Lord in the book of Revelation is for all the churches that have existed up until now. It is like a signpost for them and a summary of all the words of God in both Old and New Testaments.

Footsteps of the Lord I & II

An unraveled account of secrets about the beginning of time, the origin of Jesus, and God's providence and love for allowing His only begotten Son Passion and resurrection!

The Power of God

A must-read that serves as an essential guide by which one can possess true faith and experience the wondrous power of God

www.urimbooks.com

www.ingramcontent.com/pod-product-compliance
Lightning Source LLC
LaVergne TN
LVHW061038070526
838201LV00073B/5091
9791126310838